വൈദേഹിയായ മൈഥിലി

INSIGHT PUBLICA

Nadakkavu, Kozhikode, Kerala, 673011
www.insightpublica.com
e-mail: insightpublica@gmail.com
Title: **Vaidehiyaya Maidhili**
(Malayalam)
Author: **V. S. Raveendran**
First Edition: August 2022
Book Design: kjvj@insight

Printed and Published by
InsightinPublica Printers & Publishers Pvt. Ltd.
ISBN 978-93-5517-124-5

വൈദേഹിയായ മൈഥിലി

വി.എസ്. രവീന്ദ്രൻ

INSIGHT PUBLICA®

എറണാകുളം ജില്ലയിൽ വടക്കൻപറവൂരിൽ ഇസി സുബ്രഹ്മണ്യന്റെയും വികെ പാർവതിയുടെയും മകനായി ജനനം. റിട്ട.അധ്യാപകൻ.

ഗ്രന്ഥകർത്താവിന്റെ ഇതരകൃതികൾ: *'ബൗദ്ധികദർശനം ഇതിഹാസത്തിൽ.', 'ഇതിഹാസം മുതൽ ദൈവദശകംവരെ'*

ഭാര്യ: പി.കെ. ശോഭന (റിട്ട. അധ്യാപിക)

മക്കൾ: വി.ആർ. രേഷ്മ സിജു, ബിഎ എംഎസ്
വി.ആർ. രഞ്ജൂഷ അനു, ബിഎസ്സി നഴ്സ് (Late)
വിആർ രശ്മി മിഥുൻ, ബിഎച്ച്എംഎസ്

വിലാസം: വലിയകുളത്തിങ്കൽ, മാക്കനായി,
മന്നം പിഒ, എൻ പറവൂർ 683520
ഫോൺ 9446476452.

വി എസ് രവീന്ദ്രൻ

ആമുഖം

'മുമ്പോട്ടു കാലം കടന്നു പോയീടാതെ
മുമ്പേ സ്മൃതികളാൽ കോട്ടകെട്ടി
വമ്പാർന്നനാചാര മണ്ഡലച്ഛത്രരായ്..'

ബ്രാഹ്മണർ കാലം കഴിച്ചത് മനുസ്മൃതിയുടെ തണലിലാണ്. ഒരു ന്യൂനപക്ഷത്തിന് അധീശവർഗ്ഗത്തെയും ബഹുഭൂരിപക്ഷം വരുന്ന സാധാരണക്കാരെയും കേവലം വിശ്വാസം കൊണ്ട് ആജ്ഞാനുവർത്തികളാക്കി മാറ്റാമെന്ന് ഈ ഗ്രന്ഥം ചരിത്രത്തെ സാക്ഷിയാക്കി ബോധ്യപ്പെടുത്തുന്നു.

കരുത്തുറ്റവൻ കരുത്തറ്റവന്റെ മേൽ അധീശത്വം സ്ഥാപിക്കുകയെന്നുള്ളതു സ്വാഭാവികമാണ്. അതാണല്ലോ ചരിത്രവും. ഇവിടത്തെ കരുത്ത് വിശ്വാസ സൃഷ്ടിയും അതിന്റെ ബുദ്ധിപൂർവ്വമുള്ള വിനിയോഗവുമാണ്. ആയിരക്കണക്കിനു വർഷങ്ങളാണ് ഒരു ഉപഭൂഖണ്ഡത്തിലെ ആബാലവൃദ്ധം ജനങ്ങൾ 'സ്മൃതി'കൾക്കു ചുറ്റും കറങ്ങിത്തിരിഞ്ഞു കാലം കഴിച്ചത്. ഇന്നും അതു തുടരുവാനുള്ള അശ്രാന്ത പരിശ്രമമാണു നടന്നുകൊണ്ടിരിക്കുന്നത്.

'പഴമതൻ പനയോലക്കെട്ടുകളൊക്കവേ
പുഴുകുത്തി പൊടിപറ്റി ചിതലുമുറ്റി
ചികയുന്നോ ചിരിവരും ചിലതിനിയുണ്ടെന്നോ
ചിതയിലേക്കവയെടുത്തെറിയൂ വേഗം'

എന്നിത്യാദിയായ ആഹ്വാനങ്ങൾ ഉയരുമ്പോഴും പാഴ്ച്ചെളിക്കുണ്ടിൽ നിന്നു കുതിക്കുന്ന അവസ്ഥയിലാണ് പരിഷ്കൃത ലോകം.

ഓരോ കുതിപ്പിലും 'ഹന്ത താഴുന്നു താഴുന്നു കഷ്ടം!' എന്നേ പറയുവാൻ കഴിയുന്നുള്ളൂ.

ഭാരതത്തിലെ ആധ്യാത്മികചിന്ത ബ്രാഹ്മണാരാമത്തിലെ കുസുമങ്ങളാണ്. ആ ആരാമത്തിനു വെളിയിൽ ഒന്നുരണ്ടു ചെടികൾ കുരുത്തില്ലെന്നല്ല. അവ മുളച്ചു പൊന്തി പൂത്തുലഞ്ഞ് വിശ്വമാകെ സൗരഭ്യം പരത്തിയിട്ടുണ്ട്. എന്നാൽ അവയെയും ബ്രാഹ്മണാരാമത്തിലെത്തിക്കുന്നതിനുള്ള ശ്രമമാണു നടന്നു കൊണ്ടിരിക്കുന്നത്.

'അനന്തമജ്ഞാതമവർണ്ണനീയ-
മീലോകഗോളം തിരിയുന്ന മാർഗ്ഗം
അതിങ്കലെങ്ങാണ്ടൊരിടത്തിരുന്നു
നോക്കുന്ന മർത്യൻ കഥയെന്തു കണ്ടു?'

തലമുറകൾ കൈമാറിവന്ന മൺചെരാതുകൾ അവിടെ സമർപ്പിച്ച് ദണ്ഡനമസ്കാരം ചെയ്തു പിരിയാനാണ് ആധുനിക ഭാരതത്തിന്റെ ആധ്യാത്മികാചാര്യൻമാർ ഉപദേ ശിച്ചു കൊണ്ടിരിക്കുന്നത്. പതിഞ്ഞുപോയ കാൽപാടുകളാണവർക്കു പഥ്യം. പുരോഗമനത്തേക്കാൾ പശ്ചാത് ഗമനത്തിൽ സായൂജ്യം കണ്ടെത്തുന്നവർ. മടക്കം. ആർഷത്തിലേക്കുള്ള മടക്കം!

'വേദേതിഹാസാദിവിഭൂതിയെല്ലാം
മേൽജാതിതൻ പൈതൃകമാണുപോലും!'

അവയെല്ലാം വാരിവലിച്ചു കൂട്ടിയിട്ടു തീ കൊടുത്താലോ? ഗ്രന്ഥം നശിക്കും; ആശയം നിലനിൽക്കും. ആശയത്തെ ആശയം കൊണ്ടേ നേരിടാൻ കഴിയൂ. അതിനു പഠനവും മനനവും നടക്കണം. സഹസ്രാബ്ദങ്ങളായി മനുഷ്യമനസ്സിൽ സ്ഥാനം പിടിച്ചു കഴിഞ്ഞ ആശയത്തെ അവജ്ഞ കൊണ്ടോ അവഗണന കൊണ്ടോ ബോധ മനസ്സിൽ നിന്നു കുറ്റിക്കളയാൻ കഴിയുകയില്ല.

സമൂഹത്തിന്റെ ബോധമനസ്സിൽ എന്നതിനേക്കാളേറെ അവബോധമനസ്സിൽ അടിഞ്ഞു കൂടിയിരിക്കുന്ന മാലിന്യത്തെ കരിച്ചു കളയുന്നതിന് ആദ്യം പ്രാഥമിക വിദ്യാലയങ്ങളിലേക്കുതന്നെ പോകണം.

നമ്മുടെ രാജ്യം മതനിരപേക്ഷതയാണ് ഭരണഘടനയിൽ അംഗീകരിച്ചിട്ടു ള്ളത്. ഔപചാരിക വിദ്യാഭ്യാസം ആരംഭിക്കുന്നത് പ്രാർത്ഥനയോടു കൂടിയാണ്. ശാസ്ത്രജ്ഞർ പോലും നിർണായകഘട്ടങ്ങളിൽ ഒരു നിമിഷം നിശ്ശബ്ദപ്രാർത്ഥന യ്ക്കായി മാറ്റി വയ്ക്കുന്നു. വിദഗ്ധരായ ഡോക്ടർമാർ രോഗിയുടെ ശരീരത്തിൽ കത്തി വയ്ക്കുന്നതിനുമുമ്പ് ഒരു നിമിഷം കണ്ണടച്ചു നിൽക്കുന്നു.വിദഗ്ധനും പരിചയസമ്പന്നനുമെങ്കിലും ഡൈവർ

വണ്ടിയെടുക്കുന്നതിനുമുമ്പ് സീറ്റിലിരുന്ന് ഒരു നിമിഷം ധ്യാനിക്കുന്നത് ശ്രദ്ധിച്ചു കാണുമല്ലോ.

ഭരണഘടന മതനിരപേക്ഷമെങ്കിലും മതം യാഥാർത്ഥ്യമായിട്ടുള്ളൊരു രാജ്യത്ത് പഠനവിഷയങ്ങളിൽ നിന്നും മതത്തെ ഒഴിവാക്കി നിർത്തുവാൻ സാധിക്കുകയില്ല. എന്നാൽ മതം പഠിപ്പിക്കുക രാജ്യത്തിന്റെ ഉത്തരവാദിത്തമല്ല. ഇവിടെ കക്ഷ ത്തിലിരിക്കുന്നതു പോവാതെ തലയ്ക്കു മുകളിലുള്ളതിനെ എത്തിപ്പിടിക്കുവാനുള്ള പരിശീലനമാണു വേണ്ടത്. മതപരമായ കഥകൾ പ്രൈമറി തലത്തിൽ കുട്ടികൾക്കു പരിചയപ്പെടുത്തണം. ശാസ്ത്രീയമായ കാഴ്ചപ്പാടോടെയും ന്യായാന്യായവിവേചന ബുദ്ധിയോടെയും കുട്ടികൾക്കു ഗ്രഹിക്കുവാൻ കഴിയുന്ന വിധത്തിൽ പാഠഭാഗങ്ങൾ കൈകാര്യം ചെയ്യുന്നതിന് അധ്യാപകർ പ്രാപ്തരായിരിക്കണം. ഏറ്റവും സമർത്ഥ രായ അധ്യാപകരായിരിക്കണം, കുട്ടികളുടെ ഭാവിയെക്കരുതി, പ്രാഥമികതലം കൈകാര്യം ചെയ്യേണ്ടത്.

ഗ്രന്ഥപ്പുരയ്ക്കു തീ കൊടുക്കുകയല്ല, ഗ്രന്ഥപ്പുരയെ ചിട്ടപ്പെടുത്തി വയ്ക്കലാണ് പ്രഥമവും പ്രധാനവുമായി ചെയ്യേണ്ടത്. അവിടെ പുതുമ മാത്രമല്ല പഴമയുമു ണ്ടാവും. ഉണ്ടാവണം. പൊതുകുളത്തിൽ നിന്നു കയ്യിലിരിക്കുന്ന പാത്രമുപയോഗിച്ചു വെള്ളം മുക്കിയെടുക്കുന്ന അവസ്ഥ വിട്ടിട്ട് എല്ലാ വിദ്യാലയങ്ങളും പരിഗണനയിൽ വരികയും അതിലെ ഓരോ കുട്ടിയും വ്യക്തിഗതമായ ശ്രദ്ധയ്ക്കു വിധേയമാവുകയും ചെയ്യുന്ന പരിഷ്കരണം ഉണ്ടാവണം. അത് സാമൂഹ്യരംഗത്ത് വലിയ മാറ്റങ്ങൾ കൊണ്ടുവരുമെന്നു വേണം കരുതാൻ.

വി എസ് രവീന്ദ്രൻ

ഉള്ളടക്കം

മനുസ്മൃതി ഒരാമുഖം

വേദങ്ങൾ, ഉപനിഷത്തുകൾ, പുരാണങ്ങൾ, ഇതിഹാസങ്ങൾ, സ്മൃതികൾ തുടങ്ങിയവ ആർഷ ഭാരതത്തിന്റെ സംഭാവനകളാണ്. ഇവയിൽ വേദങ്ങൾക്കാണു പഴമ. അവ രചിക്കപ്പെട്ടതല്ല, കണ്ടെത്തിയതാണ്. അങ്ങനെയാണു ഭാരതീയരുടെ വിശ്വാസം. വേദം എന്നാൽ അറിവ് എന്നാണർത്ഥം. അവ എന്നുമുണ്ടായിരുന്നു. ധ്യാനനിരതരായ മഹർഷിമാർ അവയെ കണ്ടെത്തി. കണ്ടെത്തിയവ അത്രയും ശിഷ്യർക്കുപദേശിച്ചു നൽകി. അവർ അതു തങ്ങളുടെ മനസ്സിൽ സൂക്ഷിക്കുകയും ശിഷ്യന്മാർക്ക് ഉപദേശിച്ചു നൽകുകയും ചെയ്തു. തലമുറകളായി ശ്രോത്രത്തിലൂടെ പകർന്നു കിട്ടി നിലനിന്നതുകൊണ്ട് വേദങ്ങൾക്കു 'ശ്രുതി' എന്ന പേരുവന്നു.

'സ്മൃതികൾ' രചനകളാണ്. ആചാര്യനിൽനിന്നും പകർന്നുകിട്ടിയ അറിവ് സ്മരണയിൽ സൂക്ഷിക്കുകയും പിന്നീട് ഓർത്തെടുത്ത് ശിഷ്യർക്കുപദേശിക്കുകയും അവർ അത് എഴുതി സൂക്ഷിക്കുകയും പഠനവിധേയമാക്കുകയും ചെയ്തു. സ്മരണയിൽ നിന്നും പകർന്നുകിട്ടിയ ഗ്രന്ഥം എന്ന നിലയിൽ അവ 'സ്മൃതികൾ' എന്നറിയപ്പെട്ടു. വേദങ്ങൾ നാലാണെങ്കിൽ സ്മൃതികൾ നൂറുകണക്കിനാണ്. അവ പകർന്നു നല്കിയ ആചാര്യന്മാരുടെ പേരിലാണ് അറിയപ്പെടുന്നത്. മനുസ്മൃതി, ശാങ്കരസ്മൃതി, ഗൗതമസ്മൃതി, വസിഷ്ഠസ്മൃതി, ബൗധായനസ്മൃതി, ചാർവാകസ്മൃതി, യാജ്ഞവല്ക്യസ്മൃതി, ശൗനകസ്മൃതി, വിഷ്ണുസ്മൃതി, പതഞ്ജലിസ്മൃതി, ശംഖസ്മൃതി, ദക്ഷസ്മൃതി, യമസ്മൃതി, നാരദസ്മൃതി, ജൈമിനിസ്മൃതി, ബാദരായണസ്മൃതി, ബൃഹസ്പതിസ്മൃതി, കാത്യായന സ്മൃതി എന്നിങ്ങനെ നീണ്ടുപോകുന്ന അവയുടെ പട്ടിക.

സ്മൃതികളിൽ ഏറ്റവും പ്രസിദ്ധം മനുസ്മൃതിയാണ്. അതിന്റെ സൃഷ്ടിയെക്കുറിച്ച് ഗ്രന്ഥകർത്താവ് അതിൽ വിവരിക്കുന്നുണ്ട്.

'ലോകാനാംതു വിവൃദ്ധ്യർത്ഥം
മുഖബാഹൂരുപാദതഃ
ബ്രാഹ്മണം ക്ഷത്രിയം വൈശ്യം
ശൂദ്രം ച നിരവർതയത്' (മനു-1:31)

(ലോകങ്ങളുടെ അഭിവൃദ്ധിക്കുവേണ്ടി ബ്രഹ്മാവ് തന്റെ മുഖത്തുനിന്നും ബ്രാഹ്മണനെയും ബാഹുവിൽനിന്നും ക്ഷത്രിയനെയും ഊരുവിൽനിന്നും വൈശ്യനെയും പാദത്തിൽനിന്നും ശൂദ്രനെയും സൃഷ്ടിച്ചു.) മനുഷ്യവർഗത്തെ നാലു വർണങ്ങളായി സൃഷ്ടിച്ചശേഷം ബ്രഹ്മാവ് ഈ ശാസ്ത്രത്തെ രചിച്ചു. അത് മനുവിന് ഉപദേശിച്ചുനൽകി. മനു അതിനെ മരീചി തുടങ്ങിയ മുനികളെ പഠിപ്പിച്ചു. മനുവിൽനിന്നും സ്മൃതിലഭിച്ച സംഘത്തിൽപ്പെട്ട ഒരു മഹർഷിയാണ് ഭൃഗു. അദ്ദേഹം തന്റെ ആചാര്യനായ മനുവിന്റെ നിർദ്ദേശാനുസരണം മറ്റു മഹർഷിമാർക്ക് ഉപദേശിച്ചു നൽകി. അതാണ് മനുസ്മൃതി.

മനുസ്മൃതി മനുഷ്യനിർമിതമല്ല. ബ്രഹ്മാവുതന്നെ നിർമ്മിച്ചു നല്കിയതാണ്. അതുകൊണ്ട് അതിൽ നിർദ്ദേശിക്കപ്പെട്ടിരിക്കുന്ന ആചാരങ്ങളും അനുഷ്ഠാനങ്ങളും അലംഘനീയങ്ങളാണ്. ഇത്തരത്തിലുള്ള വിശ്വാസമാകണം മറ്റു സ്മൃതികളെ അപേക്ഷിച്ചു മനുസ്മൃതിക്കു ലഭിച്ച സാർവ്വത്രികമായ അംഗീകാരത്തിനുകാരണം. എന്നാൽ സ്മൃതികാരൻ തന്നെ ഇതിനെ നിഷേധിക്കുന്നുണ്ട്.

'തസ്മിൻദേശേ യ ആചാര:
പാരംപര്യക്രമാഗത:
വർണാനാം സാന്തരാളാനാം
സ സദാചാര ഉച്യതേ' (മനു 2:18)

ആദേശത്ത് (ബ്രഹ്മാവർത്തം) വർണികളുടെയിടയിലും അന്തരാളരുടെയിടയിലും പരമ്പരയായി നിലനിന്നുപോന്ന ആചാരമാണു സദാചാരമെന്നു പറയപ്പെടുന്നത്). നാലു വർണങ്ങൾക്കും കീഴെ വരുന്നവരാണ് അന്തരാളവിഭാഗം. അഞ്ചാമതൊരു വർണത്തെ മനു നിർദ്ദേശിച്ചിട്ടില്ല.

ബ്രഹ്മാവർത്തം ദൃഷദ്വതി, സരസ്വതി എന്നീ നദികൾക്കിടയിൽ ഉണ്ടായിരുന്ന ഒരു ചെറിയപ്രദേശമാണ്. അവിടം ദേവനിർമിതമെന്നാണു സ്മൃതിയിൽ വിശേഷിപ്പിക്കുന്നത്. ബ്രാഹ്മണർ ഇടതിങ്ങി താമസിച്ചിരുന്ന പ്രദേശമായിവേണം അതിനെ കണക്കാക്കാൻ. ബ്രഹ്മാവർത്തത്തിലും പാഞ്ചാലം, കുരുക്ഷേത്രം, മത്സ്യദേശം, ശൂരസേനം തുടങ്ങിയ പ്രദേശങ്ങളിലും ജനിച്ച ബ്രാഹ്മണരിൽനിന്നു ഭൂമിയിലുള്ള

സകല മനുഷ്യരും താന്താങ്ങളുടെ ധർമ്മങ്ങൾ ധരിക്കണമെന്നാണ് മനുസ്മൃതിയിൽ നിർദ്ദേശിക്കുന്നത്. കാരണം അവരാണ് ധർമോപദേശത്തിനുയോഗ്യതയുള്ളവർ.

ചാതുർവർണ്യത്തിനടിസ്ഥാനവും മനുസ്മൃതിക്കു മാതൃകയും ഋഗ്വേദത്തിലെ പുരുഷസൂക്തമാണ്. ചതുർവർണികളുടെ ഉത്ഭവത്തെക്കുറിച്ച് ചില വൈജാത്യങ്ങളുള്ളത് ഇവിടെ സൂചിപ്പിക്കട്ടെ. ഋഗ്വേദത്തിലെ പ്രസക്തമായ മന്ത്രം ഇപ്രകാരമാണ്.

'ബ്രാഹ്മണോസ്യ മുഖമാസീദ്
ബാഹൂരുരാജന്യ:കൃത:
ഊരുതദസ്യയദ്വൈശ്യ:
പദ്ഭ്യാം ശൂദ്രോ ജായത.'

ബ്രാഹ്മണൻ പ്രജാപതിയുടെ മുഖമായി. ക്ഷത്രിയനെ ബാഹുക്കളിൽനിന്നു സൃഷ്ടിച്ചു; ഊരുക്കളിൽനിന്നു വൈശ്യനേയും. പാദങ്ങളിൽനിന്നു ശൂദ്രൻ ജനിച്ചു). മുഖം ഉത്തമാംഗമാണ്. അതാണു ബ്രാഹ്മണൻ. അപ്പോൾ ബ്രാഹ്മണന്റെ വാക്കുകൾ ബ്രഹ്മാവിന്റെ വാക്കുകളാണെന്നു വരുന്നു. ക്ഷത്രിയനെയും വൈശ്യനെയും മാത്രമേ തന്റെ ശരീരത്തിൽനിന്നു ബ്രഹ്മാവു സൃഷ്ടിച്ചിട്ടുള്ളൂ. പാദത്തിൽനിന്നു ശൂദ്രൻ ജനിച്ചു. ആസീദ് കൃത: അജായത എന്നീ മൂന്നു വാക്കുകളാണ് വേദത്തിൽ ഉപയോഗിച്ചിരിക്കുന്നത്.

മനുസ്മൃതിയിൽ നാലുവർണികളെയും സൃഷ്ടിച്ചിരിക്കുകയാണ്. നാലു ഭാഗങ്ങളിൽനിന്ന്. അന്തരാളരുടെ കാര്യത്തെക്കുറിച്ച് ഒന്നും പറയുന്നില്ല. മനുസ്മൃതിയിലെ ഈ നാലു യോനികളെയാണ് ശ്രീനാരായണഗുരു നിഷേധിച്ചത്.

'ഒരു യോനി ഒരാകാരം
ഒരു ഭേദവുമില്ലിതിൽ.'

സ്മൃതിയിൽ ബ്രാഹ്മണൻ പ്രജാപതിയുടെ മുഖയോനിയിൽനിന്നും ക്ഷത്രിയൻ ബാഹുയോനിയിൽനിന്നു വൈശ്യൻ ഊരുയോനിയിൽനിന്നും ശൂദ്രൻ പാദയോനിയിൽനിന്നും ജനിച്ചപ്പോൾ ശ്രീനാരാണയഗുരുവിന്റെ ദൃഷ്ടിയിൽ എല്ലാവരും ഒരേ യോനിയിൽനിന്നാണു ജനിച്ചത്. അക്കാര്യം ഇവിടെ സാന്ദർഭികമായി പറഞ്ഞുപോയെന്നു മാത്രം.

നിഷ്കാമ കർമത്തിനാണ് ഭാരതീയർ പൊതുവെ പ്രാധാന്യം നല്കിയിട്ടുള്ളത്. ഭഗവദ്ഗീത അത് എടുത്തുപറയുന്നുണ്ട്. എന്നാൽ മനുസ്മൃതി അതിനെ നിഷേധിക്കുകയാണ്.

'കാമാത്മതാ ന പ്രശസ്താ
ന ചൈവേഹാസ്ത്യകാമതാ
കാമ്യോഹി വേദാധിഗമ:
കർമയോഗശ്ച വൈദിക: (മനു 2:2)

(ഫലത്തിലുള്ള കാംക്ഷ പ്രസിദ്ധമല്ല. ഫലത്തോടുള്ള കാംക്ഷയില്ലാതെ ഒന്നുമൊട്ടില്ലതാനും. വേദാധ്യയനം തന്നെ സകാമമാണല്ലൊ. വൈദിക കർമങ്ങളുടെ അനുഷ്ഠാനവും അങ്ങനെ തന്നെയാണ്.)

മനുസ്മൃതി ഒരു വിദ്യാഭ്യാസ പദ്ധതിയാണ്. ബ്രാഹ്മണനു മേധാവിത്വമുള്ളതും ചാതുർവർണ്യത്തിലധിഷ്ഠിതവുമായ ഒരു സമൂഹത്തെ കെട്ടിപ്പടുക്കുന്നതിനുള്ള വിദ്യാഭ്യാസ കർമപദ്ധതി. അതിന്റെ ആവിഷ്കാരവും നടത്തിപ്പുമെല്ലാം ബ്രാഹ്മണനിൽ അധിഷ്ഠിതവുമാണ്. വിശ്വാസത്തിൽ അധിഷ്ഠിതമായ ഒരു പദ്ധതിയെന്ന നിലയിൽ ബ്രാഹ്മണന്റെ സിദ്ധികൾ ഉറപ്പിച്ചുകൊണ്ടു മാത്രമേ അതു സാധിക്കുകയുള്ളൂ.

ഭൂതാനാം പ്രാണിന: ശ്രേഷ്ഠാ:
പ്രാണിനാം ബുദ്ധിജീവിന:
ബുദ്ധിമത്സുനരാ: ശ്രേഷ്ഠാ:
നരേഷു ബ്രാഹ്മണാ: സ്മിതാ: (മനു - 1:96)

(ചരാചരങ്ങളിൽ പ്രാണികൾ ശ്രേഷ്ഠങ്ങൾ. പ്രാണികളിൽ ബുദ്ധിയുള്ളവയത്രേ ശ്രേഷ്ഠങ്ങൾ. ബുദ്ധിയുള്ളവകളിൽ മനുഷ്യരാണു ശ്രേഷ്ഠർ. മനുഷ്യരിലാകട്ടെ ബ്രാഹ്മണരും. അങ്ങനെയാണു വിധിക്കപ്പെട്ടിരിക്കുന്നത്.)

പ്രപഞ്ചസൃഷ്ടികളിൽ ഏറ്റവും ശ്രേഷ്ഠം ബ്രാഹ്മണരാണെന്ന് ഇവിടെ സമർത്ഥിച്ചിരിക്കുകയാണ്. അവയവങ്ങൾ സമ്യക്കായിചേർന്നിരിക്കുമ്പോഴാണല്ലൊ മനുഷ്യശരീരം ലക്ഷണയുക്തമാകുന്നത്. അവിടെ അവയവങ്ങളെല്ലാം ഒരുപോലെ പ്രധാനമാണ്. എന്നാൽ മനു ചില അവയവങ്ങൾക്കു പ്രാധാന്യവും മറ്റു ചില അവയവങ്ങൾക്കു അപ്രാധാന്യവും കല്പിച്ചിരിക്കുന്നു. അവയെ സാമൂഹ്യഘടനയുമായി ബന്ധിപ്പിച്ച് സമൂഹത്തിൽ ജന്മനാതന്നെ അസമത്വമുണ്ടെന്നു സ്ഥാപിക്കുന്നു.

ബ്രാഹ്മണക്ഷത്രിയ വൈശ്യശൂദ്രരിൽ കൂടുതൽ ശ്രേഷ്ഠർ ബ്രാഹ്മണരും പിന്നെ ക്ഷത്രിയരുമാണെന്നു സ്ഥാപിക്കുന്നതിനും മനുഷ്യശരീരത്തെത്തന്നെയാണ് സ്മൃതികാരൻ ആശ്രയിക്കുന്നത്.

'ഊർധ്വം നാഭേർ മേധ്യതര:
പുരുഷ: പരികീർത്തിത:
തസ്മാൻ മേധ്യതമം ത്വസ്യ
മുഖമുക്തം സ്വയംഭുവാ.' (മനു - 1:92)

(പുരുഷശരീരം ശുദ്ധമെന്നതു പ്രസിദ്ധമാണല്ലോ. അതിൽ നാഭിക്കു മുകളിലുള്ള ഭാഗം ശുദ്ധതരമെന്നും അതുകൊണ്ടുതന്നെ മുഖം ശുദ്ധതമമെന്നും ബ്രഹ്മാവിനാൽ പറയപ്പെട്ടിരിക്കുന്നു.) നാഭിശുദ്ധവും അതിനു മുകളിലേക്കു തരതമഭേദങ്ങളോടെ ശുദ്ധവ്യത്യാസവും വരുന്നുവെങ്കിൽ നാഭിക്കു താഴെ അശുദ്ധമാവുമെന്ന കാര്യത്തിൽ സംശയം വേണ്ടതില്ലല്ലോ. വൈശ്യൻ ജനിച്ചതു നാഭിക്കു താഴെനിന്നാണ്. ശൂദ്രനാകട്ടെ അതിനും താഴെ പാദങ്ങളിൽ നിന്നും.

'ഉത്പത്തിരേവ വിപ്രസ്യ
മൂർത്തിർധർമസ്യശാശ്വതീ
സഹിധർമാർത്ഥമുത്പന്നോ
ബ്രഹ്മഭൂയായ കല്പതേ.' (മനു - 1:98)

(ജനനംകൊണ്ടുതന്നെ ബ്രാഹ്മണൻ ധർമത്തിന്റെ ശാശ്വതമായ മൂർത്തിയാകുന്നു. അവൻ ധർമാർത്ഥമായി (ധർമത്തിനുവേണ്ടി) ജനിച്ചവനാണ്. ആകയാൽ മോക്ഷാർഹനെന്നു വിധിക്കപ്പെട്ടിരിക്കുന്നു.) ബ്രാഹ്മണ ജന്മത്തിന്റെ ശ്രേഷ്ഠത അർത്ഥശങ്കക്കിടയില്ലാതെ ഇവിടെ പറഞ്ഞുവച്ചിരിക്കുന്നു.

ധർമത്തിന്റെ ശാശ്വതമൂർത്തിയാണു ബ്രാഹ്മണനെങ്കിൽ അവനെ സർവചരാചരങ്ങളുടേയും നാഥനെന്നുതന്നെ പറയാമല്ലോ.

'ബ്രാഹ്മണോ ജായമാനോ ഹി
പൃഥിവ്യാ മധിജായതേ
ഈശ്വര: സർവഭൂതാനാം
ധർമകോശസ്യ ഗുപ്തയേ' (മനു- 1:99)

(ബ്രാഹ്മണൻ ജന്മം കൊണ്ടുതന്നെ ഭൂമിയിൽ ശ്രേഷ്ഠനാണ്. അവൻ സർവഭൂതങ്ങളുടെയും ഈശ്വരനാണ്. ധർമശേഖരത്തിന്റെ സംരക്ഷകനാണവൻ) അതുകൊണ്ടുതന്നെ വർണ, പ്രായഭേദമെന്യേ ബ്രാഹ്മണൻ ആരാധനാർഹനാണ്, ബഹുമാനാർഹനാണ്.

'ബ്രാഹ്മണം ദശവർഷംതു
ശതവർഷം തുഭൂമിപം
പിതാ പുത്രൗ വിജാനീയാദ്
ബ്രാഹ്മണസ്തുതയോ:പിതാ.'' (മനു- 2:135)

(പത്തുവയസ്സുള്ള ബ്രാഹ്മണനെയും നൂറുവയസ്സുള്ള ചക്രവർത്തിയെയും പിതാപുത്രന്മാർ എന്നു മനസ്സിലാക്കേണ്ടതാണ്. ഇവരിൽ പിതാവ് ബ്രാഹ്മണനാണെന്നും മനസ്സിലാക്കണം). രാജ്യങ്ങളെ അടക്കി വാഴുന്ന ചക്രവർത്തിയായാലും പ്രായംകൊണ്ട് അയാളെത്ര വയോധികനായാലും ഒരു ബ്രാഹ്മണകുമാരന്റെ മുമ്പിൽ ഒരു കുട്ടി മാത്രമാണ്.

ബ്രാഹ്മണകുടുംബത്തിൽ ജനിച്ചവൻ അക്കാരണം കൊണ്ടുതന്നെ ദേവന്മാർക്കുപോലും ദൈവതമാണ്.

> 'ബ്രാഹ്മണ: സംഭവേനൈവ
> ദേവാനാമപിദൈവതം
> പ്രമാണം ചൈവലോകസ്യ
> ബ്രഹ്മാത്രൈവ ഹി കാരണം' (മനു- 11:84)

(ദേവന്മാരുടെയും ദൈവതമാണ ബ്രാഹ്മണൻ. അതാകട്ടെ ജന്മസിദ്ധമാണ്. ബ്രാഹ്മണന്റെ വാക്കുകൾടിസ്ഥാനം വേദമാണ്. അതുകൊണ്ട് ലോകത്തിനാകെത്തന്നെയും പ്രമാണമാണ് ബ്രാഹ്മണൻ). ഓർമശക്തി മാത്രം കൈമുതലായുള്ള ഒരു വിഭാഗം ജനതയെ അധികാരശക്തിയുടെയും സാമ്പത്തികശക്തിയുടേയും മുകളിൽ പ്രതിഷ്ഠിക്കുന്നതിനും അവർക്കു സാർവത്രികമായ മാന്യതനേടിക്കൊടുക്കുന്നതിനുമുള്ള ഒരു വിദ്യാഭ്യാസ കർമപദ്ധതിയാണ് മനുസ്മൃതിയിൽ കാണാൻ കഴിയുന്നത്.

ബ്രഹ്മാവർത്തം

ആര്യാവർത്തത്തിലെ ജനങ്ങൾക്കുവേണ്ടി ഏതോ ബ്രാഹ്മണൻ എഴുതിയുണ്ടാക്കിയതാണ് മനുസ്മൃതി. സ്വയംഭൂവായ മനുഭൃഗു ഉൾപ്പെടെയുള്ള പത്തുമഹർഷിമാർക്കു പറഞ്ഞുകൊടുത്തത് അദ്ദേഹം മറ്റു മഹർഷിമാർക്കുപദേശിക്കുന്ന രൂപത്തിലാണ് സ്മൃതിയുടെ രചന യെന്നു പറഞ്ഞുവല്ലോ. അത് ഒരു ആഖ്യാനശൈലിയെന്നേ വിചാരി ക്കാനുള്ളൂ.

മനുസ്മൃതിയിൽ നിന്നു വായിച്ചെടുക്കാൻ കഴിയുന്ന ആര്യാവർത്തം സമ്പൽസമൃദ്ധമാണ്. ഇന്നത്തെ ശാസ്ത്രീയമായ ഭരണസംവിധാനത്തി ന്റെ ശൈശവാവസ്ഥ അവിടെ കാണാം. അധികാരവികേന്ദ്രീകരണവും കരംപിരിവും ഉദ്യോഗസ്ഥതലത്തിലെ അഴിമതിയും ദായക്രമവും എല്ലാമു ണ്ടവിടെ. ബ്രഹ്മാവർത്തവും, കുരുക്ഷേത്രവും മത്സ്യരാജ്യവും പഞ്ചാലവും, ശൂരസേനവും ഒക്കെയായിരുന്നു ഗ്രന്ഥകർത്താവിനുപഥ്യം എന്നു മാത്രം.

കിഴക്ക് ബംഗാൾ ഉൾക്കടലിനും പടിഞ്ഞാറ് അറബിക്കടലിനും വടക്ക് ഹിമാലയത്തിനും തെക്ക് വിന്ധ്യപർവതത്തിനും മധ്യേയുള്ള വിശാലമായ ഭൂപ്രദേശമാണ് ആര്യാവർത്തം. ആയിരക്കണക്കായ ഗ്രാമങ്ങൾ കൊണ്ടും നഗരങ്ങൾകൊണ്ടും സമ്പന്നമായ അനേകം രാജ്യങ്ങൾ ആര്യാവർത്തത്തിലുണ്ടായിരുന്നു. ബ്രഹ്മാവർത്തത്തിനു വെളിയിൽ ബ്രാഹ്മണരുടെ നില അത്ര ശോഭനമായിരുന്നില്ല. ചാതുർ വർണ്യം ആര്യാവർത്തത്തിലങ്ങോളമിങ്ങോളം ഉണ്ടായിരുന്നെങ്കിലും

നിത്യനിദാനചെലവുകൾ നിർവഹിക്കുന്നതിനു പോലും അവർക്കു പ്രയാസം നേരിട്ടു. ഈ സാഹചര്യത്തിലാണ് മനുസ്മൃതിയുടെ രചന യെന്നുവേണം വിചാരിക്കാൻ.

രാജ്യത്തിലെ ഏറ്റവും ചെറിയഘടകമാണല്ലോ ഗ്രാമം. അതിനെക്കുറിച്ചു പറയുന്നതു നോക്കുക. ഗ്രാമത്തിനുചുറ്റും നൂറു വില്ലാട്ടുവിസ്താരത്തിൽ ഭൂമിയിട്ടിരിക്കണം. അല്ലെങ്കിൾ നുകക്കഴി മൂന്നു തവണ എറിഞ്ഞാൽ ആ ദണ്ഡ് വീഴുന്നത്ര ദൂരത്തിൽ. നഗരത്തിലാകട്ടെ ഇതിന്റെ മൂന്നിരട്ടിയാണ് ഒഴിച്ചിടേണ്ടത്. അവിടെ ആരെങ്കിലും കൃഷിയിറക്കിയാൽ കർഷകൻ തന്നെ വേലികെട്ടി സംരക്ഷിച്ചുകൊള്ളേണ്ടതാണ്. മറ്റാർക്കും അതിൽ ഉത്തരവാദിത്വമില്ല.

ഓരോ ഗ്രാമത്തിനും ഓരോ അധ്യക്ഷനുണ്ടായിരിക്കണം. പത്തു ഗ്രാമങ്ങൾക്ക് മേൽ നോട്ടംവഹിക്കാൻ രാജാവ് ഒരാളെ നിശ്ചയിക്കണം. ഇരുപതിന് മറ്റൊരാൾ. നൂറിന് വേറൊരാൾ. ആയിരത്തിന് വേറൊരാൾ. അതിനും മുകളിൽ രാജാവിന്റെ വിശ്വസ്തനായ മന്ത്രി. ഗ്രാമത്തിലുണ്ടാകുന്ന പ്രശ്നങ്ങൾ അധ്യക്ഷൻ പരിഹരിക്കാൻ ശ്രമിക്കണം. അയാൾക്കു കഴിയാതെ വന്നാൽ തൊട്ടു മുകളിലുള്ള ചുമതലക്കാരനെ രഹസ്യമായി അറിയിക്കണം. അയാൾക്കും കഴിഞ്ഞില്ലെങ്കിൽ മുകളിലേക്ക്. അവസാനം മന്ത്രിവഴി രാജാവിലേക്ക്.

ഇതുപോലെ നഗരങ്ങളിൽ കാര്യങ്ങൾ കൈകാര്യം ചെയ്യാൻ നക്ഷത്രങ്ങളുടെ നടുക്കു ശുക്രനെന്നപോലെ ഒരുവനെ രാജാവു നിശ്ചയിക്കുന്നു. പത്തു ഗ്രാമങ്ങളുടെ ചുമതല വഹിക്കുന്ന ഉദ്യോഗസ്ഥന് ആറു കാളകളെക്കൊണ്ടു കൃഷി ചെയ്യാവുന്നത്ര ഭൂമിയാണു ശമ്പളം. ഇരുപതു ഗ്രാമങ്ങളുടെ ചുമതല വഹിക്കുന്ന ഉദ്യോഗസ്ഥന് അതിന്റെ അഞ്ചിരട്ടിയാണു പ്രതിഫലം. നൂറു ഗ്രാമങ്ങളുടെ ചുമതല വഹിക്കുന്ന ഉദ്യോഗസ്ഥനു പ്രതിഫലം ഒരു ഗ്രാമവും ആയിരം ഗ്രാമങ്ങളുടെ ചുമതലക്കാരന് ഒരു നഗരവുമാണ് പറഞ്ഞിരിക്കുന്നത്. നിയമിക്കപ്പെട്ട ഉദ്യോഗസ്ഥൻ അഴിമതികാണിക്കുവാൻ ഇടയുണ്ട്. അത്തരക്കാർക്കുള്ള ശിക്ഷയും നിലവിലുണ്ടായിരുന്നു.

മറ്റു ഗ്രാമങ്ങളിൽനിന്നും രാജ്യങ്ങളിൽനിന്നും കൊണ്ടുവന്നും കൊണ്ടുപോയും വ്യാപാരം നടത്തുന്ന ചരക്കിന്മേൽ ചുങ്കം നിശ്ചയിച്ചിരുന്നു. വ്യവസ്ഥാപിതമായ അളവുതൂക്കസംവിധാനം നിലവിലുണ്ടായിരുന്നു. അർഹതപ്പെട്ടവർക്ക് നിയമാനുസൃതം ഇളവുകൾ നല്കിയിരുന്നു

ത്രാസ്, അളവുപാത്രങ്ങൾ എന്നിവ ഉദ്യോഗസ്ഥന്മാർ പരിശോധിച്ചിരുന്നു. ആറുമാസത്തിലൊരിക്കൽ അതിൽ രാജമുദ്രചാർത്തുമായിരുന്നു.

ജനലിന്റെ പഴുതിൽക്കൂടി മുറിക്കകത്തു കടക്കുന്ന സൂര്യകിരണത്തിൽ തുള്ളിക്കളിക്കുന്ന പൊടിയുണ്ടല്ലോ. തൂക്കം കണക്കാക്കുന്നതിൽ അതായിരുന്നു ഏറ്റവും ചെറിയ യൂണിറ്റ്.

ഗ്രാമത്തിൽ ഒരാൾ മരിച്ചാൽ അയാളുടെ ശവസംസ്കാരം എവിടെ നടത്തണമെന്നതു സംബന്ധിച്ചും വ്യവസ്ഥയുണ്ടായിരുന്നുവെന്നു വേണം ചിന്തിക്കാൻ. ബ്രാഹ്മണൻ മരിച്ചാൽ ഗ്രാമത്തിന്റെ കിഴക്കു വശത്തു ദഹിപ്പിക്കണം. ക്ഷത്രിയനെ വടക്കുവശത്തും വൈശ്യനെ പടിഞ്ഞാറുവശത്തും ശൂദ്രനെ തെക്കുവശത്തും വേണം ദഹിപ്പിക്കാൻ.

ജനങ്ങളുടെ സ്വഭാവമനുസരിച്ച് ഗ്രാമങ്ങളിലും ചിലപ്പോൾ നാലോ അഞ്ചോ ഗ്രാമങ്ങൾക്കിടയിലും സൈന്യത്തെ വ്യന്യസിച്ച് ക്രമസമാധാനപാലനം നടത്തിയിരുന്നു. ഒൻപതു ആനകളും അത്രതന്നെ തേരും ഇരുപത്തേഴ് കുതിരകളും നാല്പത്തിയഞ്ച് കാലാളും ഉൾപ്പെട്ട ചതുരംഗ സേനയായിരുന്നു ചെറിയ യൂണിറ്റ് .ഇത് ഗുല്മം എന്ന പേരിൽ അറിയപ്പെട്ടു.

മദ്യപാനം നിഷിദ്ധമായിരുന്നില്ല. ശർക്കര ഉപയോഗിച്ചുണ്ടാക്കുന്ന ഗൗഡീ, അരിമാവിൽ നിന്നുണ്ടാക്കുന്ന പൈഷ്ടീ, തേനോ കള്ളോ ഉപയോഗിച്ചുണ്ടാക്കുന്ന മാധ്വീ എന്നിവയായിരുന്നു പ്രധാന മദ്യങ്ങൾ. ത്രൈവർണികളിൽ മദ്യപാനം മനു വിലക്കുന്നുണ്ട്. മദ്യപാനത്തോടൊപ്പം മോഷണവും മറ്റു കുറ്റകൃത്യങ്ങളും പതിവായിരുന്നു. അതിൽ ബ്രാഹ്മണൻ ഉൾപ്പെടെയുള്ള ത്രൈവർണികരും ഉൾപ്പെട്ടിരുന്നു. സ്വർണം മോഷ്ടിച്ച ബ്രാഹ്മണനുള്ള ശിക്ഷ സ്മൃതിയിൽ വിധിക്കുന്നുണ്ട്.

ആര്യാവർത്തം പൊതുവെ സമ്പൽസമൃദ്ധമായിരുന്നെങ്കിലും കായികാധ്വാനകാര്യത്തിൽ വൈമുഖ്യമുള്ള ബ്രാഹ്മണർ ദാരിദ്ര്യം അനുഭവിച്ചിരുന്നു. ജീവസന്ധാരണത്തിനുവേണ്ടി ചിലപ്പോഴൊക്കെ മോഷണം നടത്തേണ്ടിവന്നിട്ടുണ്ട്. അത്തരം കുറ്റകൃത്യങ്ങളെ മനു ന്യായീകരിക്കുന്നുണ്ട്. ഒരു പുൽക്കൊടികൊണ്ട് പോലും ബ്രാഹ്മണനെ തല്ലുകയോ തല്ലാനായി ഓങ്ങുകപോലുമോ ചെയ്യരുതെന്നു മനു വിലക്കുന്നതിൽ നിന്നും കുറ്റവാളികളെ വർണംനോക്കി തന്നെയാണു കൈകാര്യം ചെയ്തിരുന്നതെന്നുവേണം ചിന്തിക്കാൻ. പതിവായി യജ്ഞം ചെയ്യുന്നവരുടെ സ്വത്താണ് ദേവസ്വം. അല്ലാത്തവരുടേത് ആസുരസ്വം. അതു തട്ടിയെടുത്തു സജ്ജനങ്ങൾക്കു നല്കാമെന്നു മനു പറയുമ്പോൾ 'കായംകുളം കൊച്ചുണ്ണി'മാർ ആര്യാവർത്തത്തിൽ ധാരാളമുണ്ടായിരുന്നെന്നു വരുന്നു. ബ്രാഹ്മണന് ആവശ്യമെന്നു വന്നാൽ വൈശ്യന്റേയോ ശൂദ്രന്റേയോ സ്വത്ത് അപഹരിച്ചെടുക്കാം. അതിനെ അംഗീകരിക്കുമ്പോഴും ബ്രാഹ്മണൻ ശൂദ്രനോട് യാചിക്കരുതെന്നു പ്രത്യേകം എടുത്തുപറയുന്നുണ്ട്.

ദാരിദ്ര്യത്തിനും സമ്പന്നതയ്ക്കും വർണവ്യത്യാസം ഇല്ലായിരുന്നു.

പരദാരാഭിഗമനം അഥവാ അന്യന്റെ ഭാര്യയെ പ്രാപിക്കൽ മൂല നാശകമായ അധർമമാണ്. അതിന്റെ ഫലം വർണസങ്കരമാണ്. സ്മൃതികാരൻ അതിനെ ശക്തമായി വിലക്കുന്നുണ്ടെങ്കിലും ബ്രാഹ്മണ ബീജത്തെ സംരക്ഷിക്കുന്നതിന് അദ്ദേഹം മാർഗം കണ്ടെത്തുന്നുണ്ട്.

ശ്രാദ്ധാദിപഞ്ചയജ്ഞങ്ങൾ ചെയ്യാത്ത ശൂദ്രനിൽനിന്നും പാകം ചെയ്ത അന്നം ബ്രാഹ്മണൻ വാങ്ങിക്കഴിക്കരുതെന്നും മറ്റു വഴിയില്ലെങ്കിൽ ഒരു ദിവസത്തേക്കുള്ളത് ആകാമെന്നും എടുത്തുപറയുന്നതിൽ നിന്നും ശൂദ്രാന്നം നിഷിദ്ധമല്ലെന്നു വരുന്നു. അതുകൊണ്ടാണ് ശയ്യോപ കരണങ്ങൾ, പാർപ്പിടങ്ങൾ, കുശം, സുഗന്ധവസ്തുക്കൾ, ജലം, പുഷ്പം. രത്നങ്ങൾ, തയിർ, ധാന്യം, മത്സ്യം, പാല് മാംസം, പച്ചക്കറികൾ, തുട ങ്ങിയവ അയാചിതമായി ലഭിക്കുന്നതായാൽ തിരസ്കരിക്കരുതെന്നു പറയുന്നത്.

ഉത്കൃഷ്ടജാതിയിൽപ്പെട്ട പുരുഷനെ പ്രാപിക്കുന്ന കന്യകയ്ക്ക് ശിക്ഷ വിധിയ്ക്കരുതെന്നു മനുസ്മൃതിയിൽ എടുത്തു പറഞ്ഞിരിക്കുന്നു. ശ്രാദ്ധത്തിനു ക്ഷണിക്കപ്പെട്ടിട്ട് ശ്രാദ്ധദിനം കഴിയുംമുമ്പ് ശൂദ്രസ്ത്രീയുമായി രമിയ്ക്കരുതെ ന്നും സ്മൃതി മുന്നറിയിപ്പു നല്കുന്നുണ്ട്. ലൈംഗിക അരാജകത്വം ആര്യാ വർത്തത്തിൽ ചതുർവർണികളെ സ്വാധീനിച്ചിരുന്നുവെന്നുവേണം കരുതാൻ.

ആര്യാവർത്തം

'ബ്രാഹ്മണ: സംഭവേനൈവ
ദേവാനാമയി ദൈവതം' (മനു - 11:84)

ബ്രാഹ്മണൻ ജന്മംകൊണ്ടു തന്നെ ദേവന്മാർക്കുപോലും ദൈവതമാണ്. മനുസ്മൃതി എഴുതപ്പെട്ടിരിക്കുന്നതുതന്നെ അവർക്കുവേണ്ടിയാണ്, സർവശക്തനാണു രാജാവ്. എന്നാൽ രാജാവിന്റെ ശക്തിപരാശ്രിതമാണ്. ബ്രാഹ്മണന്റേതാകട്ടെ സ്വാശ്രിതവും. ചതുരംഗസേനരാജാവിനു ശക്തി പകരുമ്പോൾ അഥർവവേദത്തിലെ ആഭിചാരപ്രതിപാദകങ്ങളായ മന്ത്രങ്ങൾ ബ്രാഹ്മണനുശക്തി പകരുന്നു. വാക്ക്ശാസ്ത്രത്തിനുമുന്നിൽ എല്ലാ ശക്തികളും നിഷ്ഫലം.

ബ്രാഹ്മണൻ ധർമജ്ഞനാണ്. സർവശക്തനെന്നു കരുതി രാജാവിന്റെ മുമ്പിൽ പരാതിയൊന്നും സമർപ്പിക്കരുത്. ദ്രോഹം ചെയ്യുന്നവരെ സ്വയാർജിതശക്തികൊണ്ടുതന്നെ നിയന്ത്രിക്കണം. എന്നാൽ ബ്രാഹ്മണന്റെ ഉപജീവനത്തിനുവേണ്ട കാര്യങ്ങൾ ചെയ്തു കൊടുക്കേണ്ടത് രാജാവിന്റെ കടമയാണ്. കാരണം അവൻ ചെയ്യുന്ന ധർമ്മത്തിന്റെ ആറിലൊന്നു ഭാഗം ലഭിക്കുന്നത് അതതു രാജ്യത്തെ രാജാവിനാണ്. ബ്രാഹ്മണനെ അക്കാരണം കൊണ്ടുതന്നെ പുല്ലു കൊണ്ടുപോലും അടിക്കുകയോ കഴുത്തിൽ തുണിചുറ്റിപ്പിടിക്കുകയോ വാദത്തിൽ ജയിക്കുകയോ ചെയ്യരുത്.

ധർമജ്ഞനായ രാജാവു രാജ്യം ഭരിക്കുമ്പോൾ ബ്രാഹ്മണൻ നടത്തുന്ന ഒരു യജ്ഞവും ദ്രവ്യത്തിന്റെ കുറവുകൊണ്ടു മുടങ്ങാൻ പാടില്ല. അങ്ങനെ വരുമ്പോൾ വൈശ്യന്റെ ഗൃഹത്തിൽനിന്നോ അവരുടെ

അഭാവത്തിൽ ശൂദ്രരുടെ ഗൃഹത്തിൽനിന്നോ ആവശ്യമായ ദ്രവ്യം ആരുടെയും സമ്മതിയില്ലാതെതന്നെ ശേഖരിക്കുവാൻ ബ്രാഹ്മണന് അവകാശമുണ്ട്. ബ്രാഹ്മണൻ ഒരു കാരണവശാലും ശൂദ്രനോടുയാചിക്കാൻ പാടില്ല.

അനാദിയായ പാരമ്പര്യത്തിലൂടെ രൂപംകൊണ്ടിട്ടുള്ളതാണ് ധർമം. അത് ശാശ്വതമാണ്. രാജ്യകാര്യവിചാരത്തിനിടയിൽ എല്ലാ കാര്യങ്ങളും വിധിയാംവണ്ണം നോക്കി നടത്താൻ രാജാവിനു പ്രയാസം നേരിടാം. അത്തരം സന്ദർഭങ്ങളിൽ കാര്യവിചാര വിശാരദനായ ഒരു ബ്രാഹ്മണനെ നിയോഗിക്കേണ്ടതാണ്. ആ ബ്രാഹ്മണൻ ധാർമികരായ മൂന്നു ബ്രാഹ്മണരെക്കൂടി നിയമിക്കട്ടെ. ധർമജ്ഞനായ രാജാവിനാൽ ചുമതലപ്പെടുത്തപ്പെട്ട വിദ്വാനായ ബ്രാഹ്മണനും വേദത്രയവിജ്ഞരായ മൂന്നുബ്രാഹ്മണരും രാജാവും ഉൾപ്പെട്ട അഞ്ചുപേരടങ്ങുന്ന ആ സഭയാണ് ബ്രഹ്മസഭ.

ബ്രഹ്മസഭ രൂപീകരണത്തിന് വിജ്ഞനും വിശ്വസ്തനുമായ ബ്രാഹ്മണനെ കണ്ടെത്താൻ കഴിഞ്ഞില്ലെന്നു വരാം, അങ്ങനെയുള്ള സന്ദർഭങ്ങളിൽ ക്ഷത്രിയനെ നിയമിക്കാം. ക്ഷത്രിയനില്ലെങ്കിൽ വൈശ്യനാവാം. ഒരിക്കലും ശൂദ്രനെ നിയമിക്കുവാൻ പാടില്ല. ബ്രാഹ്മണനും ക്ഷത്രിയനും പരസ്പരം നിന്ദിച്ചു സംസാരിച്ചെന്നുവരാം. അത്തരം സന്ദർഭങ്ങളിൽ അതൊഴിവാക്കാൻ രാജാവു ശ്രമിക്കണം. ക്ഷത്രിയനെ നിന്ദിക്കുന്ന ബ്രാഹ്മണന് ഇരുന്നൂറ്റി അമ്പതു പണവും ബ്രാഹ്മണനെ നിന്ദിക്കുന്ന ക്ഷത്രിയന് അതിന്റെ ഇരട്ടി അഞ്ഞൂറുപണവും ശിക്ഷവിധിക്കണം. ശൂദ്രനാണ് ദ്വിജാതികളെ നിന്ദിക്കുന്നതെങ്കിൽ

ഏകജാതിർ ദ്വിജാതീംസ്തു
വാചാ ദാരുണയാ ക്ഷിപൻ
ജിഹ്വായാ: പ്രാപ്നുയാച്ഛേദം
ജഘന്യപ്രഭവോഹിസ: (മനു - 8:270)

(ഏകജാതിയായ ശൂദ്രൻ ദ്വിജാതികളെ ക്രൂരമായ വാക്കുകൾ പ്രയോഗിച്ചു നിന്ദിച്ചാൽ അവന്റെ നാക്കു ഛേദിക്കേണ്ടതാണ്. കാരണം അവൻ താണജാതിയിൽപ്പെട്ടവനാണ്) ശൂദ്രൻ ചിലപ്പോൾ അഹങ്കാരം കൊണ്ടു ബ്രാഹ്മണർക്കു ധർമോപദേശം ചെയ്യാൻ മുതിർന്നെന്നുവരാം. അങ്ങനെ സംഭവിച്ചാൽ

ധർമോപദേശം ദർപ്പണേ
വിപ്രാണാമസ്യകർവത:
തപ്തമാസേചയേത് തൈലം
വക്ത്രേ ശ്രോത്രേ ചപാർത്ഥിവ: (മനു - 8: 272)

(അഹങ്കാരത്തോടെ ബ്രാഹ്മണർക്കു ധർമോപദേശം ചെയ്യുന്ന ശൂദ്രന്റെ വായിലും ചെവിയിലും രാജാവ് തിളപ്പിച്ച എണ്ണ ഒഴിപ്പിക്കേണ്ടതാണ്.) സങ്കല്പപുരുഷന്റെ നാഭിക്കു മുകളിൽ നിന്നു ജനിച്ചവരാണ് ക്ഷത്രിയരും ബ്രാഹ്മണരും. അതിനാൽ ഇവരെ ദ്വിജാതികൾ എന്നാണു മനു വിശേഷിപ്പിക്കുന്നത്. അവരെ ജാതിയോ പേരോ വിളിച്ച് അധിക്ഷേപിക്കുന്ന ശൂദ്രന്റെ വായിൽ പത്താംഗുലം നീളമുള്ള ഇരുമ്പുകമ്പിപഴുപ്പിച്ചു വയ്ക്കേണ്ടതാണ് എന്നും മനു പറഞ്ഞുവയ്ക്കുന്നു.

വൈശ്യനും ശൂദ്രനും തമ്മിലുണ്ടാകാവുന്ന നിന്ദയ്ക്കുമുണ്ട് ശിക്ഷ. വൈശ്യൻ ഇരുനൂറ്റമ്പതു പണവും ശൂദ്രൻ അഞ്ഞൂറുപണവും പിഴയടയ്ക്കണം. വൈശ്യനും ശൂദ്രനും സങ്കല്പ പൂരുഷന്റെ നാഭിയ്ക്കു താഴെ നിന്നാണല്ലോ ജനിച്ചത്. ശൂദ്രൻ ഏതേതവയവം കൊണ്ടാണോ ശ്രേഷ്ഠജാതിയെ അപമാനിക്കുന്നത് ആ അവയവം തന്നെ മുറിച്ചുകളയണമെന്നാണു മനുവിന്റെ പൊതുനിർദ്ദേശം.

പ്രജകളുടെ ഹിതം കണക്കിലെടുത്തുവേണം രാജാവു ഭരണം നടത്താൻ. അപ്രകാരം ഭരണം നടത്തുന്ന രാജാവിനു പ്രജകൾ ചെയ്യുന്ന ധർമ്മത്തിന്റെ ആറിലൊന്നുലഭിക്കും. സ്വാധ്യായം, യാഗം, അർച്ചനം എന്നിവയുടെ ആറിലൊന്നും പ്രജാക്ഷേമതത്പരനായ രാജാവിന് ലഭിക്കുന്നതാണ്. കൃഷി ചെയ്തുണ്ടാകുന്ന ധാന്യാദികളുടെ ആറിലൊന്നും രാജാവിന് കരമായി പിരിച്ചെടുക്കാം. എന്നാൽ പ്രാണൻ പോകുമെന്നു വന്നാലും രാജാവ് വേദജ്ഞനായ ബ്രാഹ്മണിൽനിന്നു കരം പിരിക്കരുത്. തന്റെ രാജ്യത്തു കഴിയുന്ന ഒരു ശ്രോത്രിയനും വിശപ്പുകൊണ്ടു വലയാനും ഇടവരരുത്. അച്ഛൻ മകനെയെന്നപോലെ രാജാവു ശ്രോത്രിയനെ സംരക്ഷിക്കണം. ബ്രാഹ്മണരോട് എപ്പോഴും ക്ഷമാവാനായിരിക്കണം.

ബ്രാഹ്മണനെ ശകാരിക്കുന്ന ക്ഷത്രിയന് നൂറുപണം പിഴ വിധിക്കണം. വൈശ്യൻ അങ്ങനെചെയ്താൽ ഇരുനൂറുപണമാണു വിധിക്കേണ്ടത്. ശൂദ്രന് വധം തന്നെ നല്കണം. ബ്രാഹ്മണൻ ക്ഷത്രിയനെ ശകാരിച്ചാൽ പിഴ അമ്പതുപണമാണു വിധിക്കേണ്ടത്. വൈശ്യനെയെങ്കിൽ ഇരുപത്തിയഞ്ചു മതിയാകും. ശൂദ്രനെയെങ്കിൽ പന്ത്രണ്ടുപണം വിധിക്കാവുന്നതാണ്. ദ്വിജാതികളിൽ ഒരുവൻ സമാന ജാതിയെ നിന്ദിക്കുകയാണെങ്കിൽ ശിക്ഷ പന്ത്രണ്ടുപണത്തിൽ ഒതുക്കാം.

ബ്രാഹ്മണന് വധശിക്ഷ വിധിക്കേണ്ടിവന്നാൽ

> 'മൗണ്ഡ്യം പ്രാണാന്തികോ ദണ്ഡോ
> ബ്രാഹ്മണസ്യവിധീയതേ
> ഇതരേഷാം തുവർണാനാം
> ദണ്ഡ: പ്രാണാന്തികോഭവേത്.' (മനു - 8: 379)

(ബ്രാഹ്മണനെ വധിക്കാൻ വിധിച്ചാൽ ശിരോമുണ്ഡനം വധത്തിനു തുല്യമെന്നു വിധിക്കപ്പെട്ടിരിക്കുന്നു. മറ്റു വർണികൾക്കു വധമെന്നാൽ പ്രാണഹാനിതന്നെ.) സകലവിധ പാപങ്ങൾ ചെയ്തവനായാലും ബ്രാഹ്മണനെ കൊല്ലാൻ വിധിയില്ല. അവന്റെ എല്ലാ സ്വത്തുകളോ ടുംകൂടി അവനെ നാടുകടത്താവുന്നതാണ്. പാപങ്ങളിൽ വച്ച് ഏറ്റവും കൊടിയപാപം ബ്രാഹ്മണവധമാണ്. അതുകൊണ്ടു രാജാവ് അതൊ രിക്കലും ചെയ്യാൻ പാടില്ല.

ജീവിതത്തിൽ വിജയം കാംക്ഷിക്കുന്നവർ ക്ഷത്രിയൻ, സർപ്പം, ബ്രാഹ്മണൻ എന്നിവരെ അവർ തൽക്കാലം പ്രതികാരത്തിന് അപ്രാ പ്തരെന്ന അവസ്ഥയിലാണെങ്കിൽപോലും, അവരെ അപമാനിക്കരുത്. അപമാനിതരായ അവർ മൂവരും അപമാനിച്ചവരെ നശിപ്പിക്കും. ബ്രാ ഹ്മണൻ സംഹാരശക്തിയാണ്. കോപത്തോടെ പുല്ലുകൊണ്ടുപോലും അയാളെ തല്ലരുത്. ബ്രാഹ്മണനാൽ പീഡിതനായാലും അയാളെ നിന്ദിക്കരുത്.

വിദ്യാദിയോഗ്യതകൊണ്ട് രാജാദികളിൽനിന്നും പ്രതിഗ്രഹം സ്വീ കരിക്കുന്നതിനു കഴിവുള്ളപ്പോൾ ഒരിക്കലും ഒരു ബ്രാഹ്മണൻ വിശന്നു വലയരുത്. വഴിപോക്കനായ അവസ്ഥയിൽ പാഥേയം തീർന്നതിനാൽ വല്ലവരുടെയും പറമ്പിൽനിന്ന് എന്തെങ്കിലുമെടുത്താൽ അയാളെ ദണ്ഡി പ്പാൻ പാടുള്ളതല്ല.

ബ്രാഹ്മണന്റെ രക്ഷയ്ക്കുവേണ്ടി കപടശപഥം ചെയ്തതുകൊണ്ട് പാപ മുണ്ടാവുകയില്ല. ഭാര്യ, പുത്രൻ, ദാസൻ ഇവർ മൂവരും നിർദ്ധനരാണ്. ഇവർ എന്തെങ്കിലും ധനം നേടിയാൽ അത് അവരുടെ ഉടയവന്റെ ധനമാണ്. ബ്രാഹ്മണന് ശൂദ്രനിൽ നിന്നു നിശ്ശങ്കം ധനം ഗ്രഹിക്കാം. ശൂദ്രന് സ്വത്തിന് അവകാശമില്ല. അവന്റ ധനം ഉടയവന് എടുക്കാനുള്ള താണ്. വൈശ്യനെയും ശൂദ്രനെയും രാജാവു നിർബ്ബന്ധപൂർവ്വം അവരുടെ തൊഴിലുകൾ ചെയ്യിക്കണം. അവർ തങ്ങളുടെ തൊഴിൽ വെടിഞ്ഞാൽ ഈ ലോകത്തെ ക്ഷോഭിപ്പിക്കും. ക്ഷത്രിയൻ ഒരിക്കലും ബ്രാഹ്മണന്റെ മുതൽ അപഹരിക്കരുത്.

സ്വകർമ്മത്താൽ ഉപജീവനം സാധിക്കാതെ വന്നാൽ ബ്രാഹ്മണൻ ക്ഷത്രിയധർമ്മംകൊണ്ടു ജീവിക്കണം. സ്വവൃത്തികൊണ്ടോ ക്ഷത്രിയവൃ ത്തികൊണ്ടോ ജീവിക്കാൻ സാധിക്കാതെ വന്നാർ വൈശ്യവൃത്തിയായ കൃഷിയും ഗോരക്ഷയും ചെയ്തു ജീവിക്കാം. കഴിവുണ്ടെങ്കിലും ശൂദ്രൻ ധനം സമ്പാദിച്ചുവയ്ക്കരുത്. ധനം നേടിയ ശൂദ്രൻ ബ്രാഹ്ണരെത്തന്നെ പീഡിപ്പിക്കും. ക്ഷത്രിയൻ ഒരിക്കലും ബ്രാഹ്മണവൃത്തി ചെയ്യാൻ പാടില്ല.

ഉയർന്ന ജാതിയിൽപ്പെട്ടവരുടെ കർമ്മം ചെയ്തു ജീവിക്കുന്ന താണജാതിക്കാരനെ രാജാവു മുതലെല്ലാം കണ്ടുകെട്ടിനാടുകടത്തണം.

ആപത്തിലകപ്പെട്ട ബ്രാഹ്മണന് ആരിൽനിന്നും ദാനം സ്വീകരിക്കാവുന്നതാണ്.

'നാധ്യാപനാദ്യാജനാദ് വാ
ഗർഹിതാദ് വാ പ്രതിഗ്രഹാത്
ദോഷോഭവതിവിപ്രാണാം
ജ്വലനാംബുസമാ ഹി തേ' (മനു- 10: 103)

(അനധികാരികളെ വേദം പഠിപ്പിക്കുന്നതുകൊണ്ടോ യാഗം ചെയ്യിക്കുന്നതുകൊണ്ടോ നീചരിൽനിന്നു ദാനം സ്വീകരിക്കുന്നതുകൊണ്ടോ ബ്രാഹ്മണർക്കു ദോഷം ഭവിക്കുന്നില്ല. അവർ അഗ്നിക്കും ജലത്തിനും തുല്യരല്ലൊ.) പ്രാണൻപോകും എന്ന നിലയിലെത്തിയാൽ ഏതു നീചനിൽ നിന്നു ലഭിച്ച ആഹാരം കഴിച്ചാലും ബ്രാഹ്മണൻ പാപലിപ്തനാവുകയില്ല. അധർമെന്നറിഞ്ഞിട്ടും ചിലപ്പോൾ നിഷിദ്ധാഹാരം കഴിക്കേണ്ടിവരാം. പ്രാണൻ നിലനിർത്താൻ വേണ്ടിയാണെങ്കിൽ അങ്ങനെയാവാം.

'യജ്ഞാർത്ഥം ബ്രാഹ്മണൈർ വധ്യാ:
പ്രശസ്താമൃഗപക്ഷിണ:
ഭൃത്യാനാം ചൈവ വൃത്യർത്ഥ-
മഗസ്ത്യോ ഹ്യാചരത്പുരാ'' (മനു- 5: 22)

(യാഗത്തിനുവേണ്ടി ബ്രാഹ്മണർക്ക് ശാസ്ത്രവിഹിതങ്ങളായ മൃഗങ്ങളെയും പക്ഷികളെയും കൊല്ലാവുന്നതാകുന്നു. തന്നാൽ രക്ഷിക്കപ്പെടേണ്ടവരുടെ പരിരക്ഷയ്ക്കു വേണ്ടിയും പശുവിനെ കൊല്ലാം. പണ്ട് അഗസ്ത്യൻ അങ്ങനെചെയ്തിട്ടുണ്ട്.) യജ്ഞത്തിൽ മന്ത്രപൂർവം പ്രോക്ഷണം ചെയ്ത (പുണ്യാഹം തളിച്ച) മാംസം കഴിക്കാവുന്നതാണ്. ശ്രാദ്ധത്തിലും മാംസാഹാരം വിധിച്ചിട്ടുണ്ട്. മറ്റാഹാരമൊന്നും കിട്ടാതെ പ്രാണഹാനിവരുമെന്ന നിലയിലെത്തിയാലും കഴിക്കാം.

'യജ്ഞാർത്ഥം പശവഃസൃഷ്ടാ:
സ്വയമവ സ്വയം ഭുവാ
യജ്ഞസ്യഭൂത്യൈ സർവസ്യ
തസ്മാദ്യജ്ഞേ വധോ വധാ' (മനു- 5: 39)

(യജ്ഞ നിർവഹണത്തിനുവേണ്ടിയാണ് ബ്രഹ്മാവിനാൽ സ്വയം മൃഗങ്ങൾ സൃഷ്ടിക്കപ്പെട്ടത്. യജ്ഞമാകട്ടെ സർവജഗത്തിന്റെയും മംഗളത്തിനായിഭവിക്കുന്നു. അതിനാൽ യജ്ഞത്തിനുവേണ്ടിയുള്ള വധം വധമല്ല). യജ്ഞത്തിനുവേണ്ടി കൊല്ലപ്പെടുന്ന സർവചരാചരങ്ങളും

ഉത്കൃഷ്ടഗതിയെ പ്രാപിക്കുന്നു. യജ്ഞത്തിൽ ഗോവിനെ വധിക്കുന്നവൻ എന്ന അർത്ഥത്തിൽ ബ്രാഹ്മണൻ ഗോഘ്നൻ എന്ന് അറിയപ്പെടുന്നു.

ആത്മരക്ഷയ്ക്കോ, ദക്ഷിണകിട്ടിയ പശുക്കളെയോ ധനത്തെയോ അന്യർ അപഹരിക്കാൻ വരുമ്പോൾ വേണ്ടിവരുന്ന എതിർപ്പിലോ, സ്ത്രീകളെയും ബ്രാഹ്മണരെയും സഹായിക്കുന്നതിനോവേണ്ടിയോ ഒരുവനെ കൊന്നതുകൊണ്ട് ധർമദോഷം വരുന്നതല്ല.

ബ്രാഹ്മണഗൃഹത്തിൽ ക്ഷത്രിയനോ വൈശ്യനോ ശൂദ്രനോ സുഹൃത്തുക്കളോ ഗുരുവോ അതിഥികളായി കണക്കാക്കപ്പെട്ടുകൂട.

മുള്ളൻപന്നി, കാട്ടുപന്നി, ഉടുമ്പ്, കണ്ടാമൃഗം, ആമ, മുയൽ എന്നിവ ബ്രാഹ്മണനു ഭക്ഷിക്കാം. ഒറ്റവരിപ്പല്ലുള്ളവയിൽ ഒട്ടകം ഭക്ഷ്യയോഗ്യമല്ല. പുളിച്ച വസ്തുക്കളിൽ തൈരും, തൈരിൽനിന്നുണ്ടാകുന്ന വെണ്ണ, മോര് മുതലായവയും, നല്ല വർഗത്തിൽപ്പെട്ട പൂവ്, കിഴങ്ങ്, കായ് എന്നിവയിൽ നിന്നു വാറ്റിയെടുക്കുന്നവയും ഭക്ഷ്യയോഗ്യമാകുന്നു.

പണ്ട് ആരോ ഭൂമിക്കടിയിൽ നിക്ഷേപിച്ചുപോയ നിധി കണ്ടെത്തിയാൽ അതുകണ്ടെത്തിയത് ബ്രാഹ്മണനാണെങ്കിൽ മുഴുവൻ തന്നെയും അയാൾക്ക് എടുക്കാവുന്നതാണ്. കാരണം ബ്രാഹ്മണൻ സർവധനത്തിനും നാഥനാകുന്നു. രാജാവാണു നിധി കണ്ടെത്തുന്നതെങ്കിൽ അതിൽ പകുതി ബ്രാഹ്ണർക്കു ദാനമായി നൽകണം. ബാക്കി ഭണ്ഡാരത്തിലേക്കു മുതൽക്കൂട്ടണം.

കാര്യഗൗരവബോധമുള്ളവൻ ശ്രേയസ്കരമായ വിദ്യയെ ശൂദ്രനിൽ നിന്നുപോലും ഗ്രഹിക്കേണ്ടതാണ്. മോക്ഷധർമം ചണ്ഡാലനിൽനിന്നുപോലും ഗ്രഹിക്കാം. ഉത്തമസ്ത്രീയെ നീചകുലത്തിൽ നിന്നുപോലും പരിഗ്രഹിക്കാം. എന്നാൽ ഗർഭാധാനം മുതൽ അന്ത്യേഷ്ടിവരെയുള്ള പതിനാറു സംസ്കാരങ്ങൾ മന്ത്രപൂർവം അനുഷ്ഠിക്കാവുന്നതാണെന്ന് ഏതേതു വർണികൾക്ക് ഇതിൽ വിധിച്ചിട്ടുണ്ടോ അവർക്കു മാത്രമേ ഈ ശാസ്ത്രം അധ്യയനം ചെയ്യാൻ അർഹതയുള്ളൂ. മറ്റാർക്കുംതന്നെയില്ല.

2680 ലേറെ ശ്ലോകങ്ങളിൽ പന്ത്രണ്ട് അധ്യായങ്ങളിലായി പകുത്തുവച്ചിരിക്കുന്ന മനുസ്മൃതി ബ്രാഹ്മണമേധാവിത്വമുള്ള ഒരു സമൂഹത്തെ സൃഷ്ടിച്ചെടുക്കുന്നതിനുവേണ്ടി എഴുതിയുണ്ടാക്കപ്പെട്ടതാണ്. ഈ ഇരുപത്തിയൊന്നാം നൂറ്റാണ്ടിലും ജീവിതത്തിന്റെ സർവമണ്ഡലങ്ങളിലും അതിന്റെ സ്വാധീനം ഒളിഞ്ഞും തെളിഞ്ഞും കാണുവാൻ കഴിയും.

ക്ഷേത്രഭൂതാ സ്മൃതാ നാരീ

'ക്ഷേത്രഭൂതാ സ്മൃതാനാരീ
ബീജഭൂതഃ സ്മൃതഃ പുമാൻ
ക്ഷേത്രബീജ സമായോഗാത്
സംഭവഃ സർവദേഹിനാം' (മനു - 9: 33)

(സ്ത്രീവയലിനു തുല്യയെന്നും പുരുഷൻ വിത്തിനു സമമെന്നും ആണ് കരുതുന്നത്. സർവജീവികളുടെയും ഉദ്ഭവം ക്ഷേത്രബീജ സംയോഗം കൊണ്ടാകുന്നു.). പ്രകൃതിയും പുരുഷനും അവരുടെ മേള നവുമൊന്നും സ്മൃതികാരനു വിഷയമല്ല. ഭാര്യയെന്ന വാക്കിന് 'ജായ' എന്നൊരു പര്യായ പദമുണ്ട്. അതിന്റെ നിരുക്തം സ്മൃതിക്കാരൻ പറയുന്നുണ്ട്. നിരുക്തം ഒരു ശാസ്ത്രമാണ്. ഓരോ വാക്കിനും അക്ഷ രത്തിനുപോലും വേദത്തിൽ എന്താണർത്ഥമെന്നു വിശദീകരിക്കുന്ന ഒരു ശാസ്ത്രമാണത്. അതിൽ 'ജായ'യുടെ അർത്ഥം പറയുന്നതിനെ സ്മൃതികാകൻ പകർത്തുന്നതു നോക്കുക

'പതിർഭാര്യാംസംപ്രവിശ്യ
ഗർഭോഭൂത്വേഹജായതേ
ജായായാസ്തദ്ധി ജായാത്വം
യദസ്യാം ജായതേപുനഃ' (മനു - 9: 8)

(ഭർത്താവു ഭാര്യയിൽ പ്രവേശിക്കുന്നു. ഗർഭമായിഭവിക്കുന്നു. അതിനുശേഷം ജനിക്കുന്നു. ഇപ്രകാരം താൻതന്നെ ഭാര്യയിൽ ഇങ്ങനെ ജനിക്കുന്നതിനാൽ ഭാര്യയ്ക്കു 'ജായ' എന്നു പേരുണ്ടായി.). ഭർത്താവ് രേതസ് രൂപത്തിൽ ഭാര്യയുടെ ഗർഭപാത്രത്തിൽ പ്രവേശിച്ച് പുത്രന്റെ

രൂപത്തിൽ പുറത്തുവരുന്നു. 'പുനരപി ജനനം പുനരപി മരണം പുനരപി ജനനീ ജഠരേ ശയനം' എന്നു ശങ്കരൻ.

'പ്രജനാർത്ഥം സ്ത്രിയഃസൃഷ്ടാഃ
സന്താനാർത്ഥം ചമാനവാഃ
തസ്മാത് സാധാരണോധർമഃ
ശ്രുതൗ പത്ന്യാ സഹോദിതഃ' (മനു - 9: 96)

(ഗർഭധാരണത്തിനാണ് സ്ത്രീകൾ സൃഷ്ടിക്കപ്പെട്ടിരിക്കുന്നത്. പുരുഷന്മാർ ഗർഭാധാനത്തിനും. അതിനാൽ പുരുഷന് പത്നിയുമൊരുമിച്ച പൊതുവായിട്ടാണ് ശ്രുതിയിൽ ധർമങ്ങൾ വിധിച്ചിരിക്കുന്നത്) ശരീരസംസ്കാരത്തിനുവേണ്ടി ജാതി കർമാദി ക്രിയകളൊക്കെ അതതു കാലഘട്ടത്തിൽ അതതുക്രമത്തിൽ സ്ത്രീകൾക്കും ചെയ്യേണ്ടതാണ്. എന്നാൽ അതിന് മന്ത്രോച്ചാരണം വിധിച്ചിട്ടില്ല. ശയനം,ആസനം, അലങ്കരണശീലം, കാമം, ക്രോധം, വക്രത, പരദ്രോഹം നിന്ദ്യാചാരം എന്നിവ ജന്മനാതന്നെ മനു സ്ത്രീകൾക്കു നല്കിയിരിക്കുന്നു. മനോബലമില്ലാത്തതുകൊണ്ടും, മന്ത്രജപാധികാരം ഇല്ലാത്തതുകൊണ്ടും സ്ത്രീകൾ അനൃതം (അസത്യം) പോലെ അശുദ്ധകളാണ് എന്നത്രേ ധർമവ്യവസ്ഥിതി.

വിധിപ്രകാരം വിവാഹം കൊണ്ട് സ്ത്രീ ഏതുമാതിരി ഗുണങ്ങളുള്ള ഭർത്താവിനോടാണോ ചേരുന്നത് സമുദ്രത്തോടു ചേരുന്ന പുഴപോലെ അവൾ അവനു ചേരുന്ന ഗുണഗണങ്ങളോടു കൂടിയവളായിത്തീരുന്നു. സന്താനോദ്പാദനം, ജനിച്ച ശിശുവിന്റെ പരിപാലനം, നിത്യവും വേണ്ട ഗൃഹമര്യാദകൾ എന്നിവയ്ക്കെല്ലാം ഭാര്യതന്നെയാണാശ്രയം.

സജ്ജനങ്ങളും പൂർവികരുമായ മഹർഷിമാർ പുത്രനെ സംബന്ധിച്ച പറഞ്ഞിട്ടുള്ള കാര്യങ്ങൾ മനു എടുത്തു പറയുന്നുണ്ട്. അവരുടെ അഭിപ്രായത്തിൽ പുത്രൻ ഭർത്താവിന്റെയാണ്. എന്നാൽ ഭർത്താവ് ആരാണ്? സന്താനോദ്പാദനം ചെയ്തവരെന്നു ചിലർ. ക്ഷേത്രത്തിന്റെ ഉടമായണെന്നു വേറെ ചിലർ. സ്മൃതികാരനു സംശയില്ല. യോനിയേക്കാൾ ബീജമാണു പ്രധാനം. കാരണം സർവഭൂതങ്ങളുടെയും സന്താനം ബീജലക്ഷണത്തോടുകൂടിയതായി കാണപ്പെടുന്നു. 'പുത്' എന്നു പേരായ നരകത്തിൽനിന്നു പിതാവിനെ ത്രാണനം ചെയ്യുന്നവനാണ് പുത്രൻ എന്നാണ് ബ്രഹ്മാവു പറഞ്ഞിരിക്കുന്നത്. അതുകൊണ്ടാണ് ഭർത്താവാരെന്ന ചോദ്യം മനു ഉയർത്തുന്നത്. നരകത്തിൽപ്പോകാതെ ഒരാളെ കാക്കേണ്ട കാര്യമാണല്ലോ.!

സ്ത്രീകളെക്കുറിച്ചും അവരുടെ സ്വഭാവത്തെക്കുറിച്ചും മനുവിനു വലിയ ബഹുമാനമില്ല. ശൃംഗാരചേഷ്ടകളാൽ പുരുഷന്മാരെ വശീകരിച്ച് ദുഷിപ്പിക്കുകയെന്നതു സ്ത്രീകളുടെ സ്വഭാവമാണ്. അക്കാരണത്താൽ വിവേകികൾ സ്ത്രീകളിൽ ഭ്രമിക്കുകയില്ല. കാമക്രോധങ്ങൾക്ക് അധീനനായ മനുഷ്യനെ, അവൻ അവിദ്വാനായിക്കൊള്ളട്ടെ, വിദ്വാനായിക്കൊള്ളട്ടെ, വഴിതെറ്റിക്കാൻ സ്ത്രീകൾ സമർത്ഥകളാണ്.

ഏതൊരു രാജാവിന്റെ കാര്യാലോചന മറ്റാളുകൾ ഒളിവായി അറിയാൻ ഇടവരുന്നില്ലയോ അവൻ ക്ഷീണധനനെങ്കിലും ലോകത്തെ മുഴുവൻ ഭരിക്കും. അതിന് മൂഢൻ, മൂകൻ, വൃദ്ധർ, സ്ത്രീകൾ, മ്ലേച്ഛൻ തുടങ്ങിയവരെ മന്ത്രാലോചനാ കാലത്തിൽ ദൂരെനിർത്തേണ്ടതാണ്. അപമാനിതരായ അവർ രഹസ്യം വെളിപ്പെടുത്തും. സ്ത്രീകൾ വിശേഷിച്ചും ചപലചിത്തകളാകയാൽ മന്ത്രഭേദം ചെയ്യും. അതിനാൽ അവരെ സൂക്ഷിക്കണം.

ഭാര്യ, പുത്രൻ, ദാസൻ ഇവർ മൂവരും നിർധനരാണ് എന്നു മന്വാദികൾ വിചാരിക്കുന്നു. ഇവർ എന്തെങ്കിലും ധനം നേടിയാൽ അത് അവരുടെ ഉടയവന്റെ വകയാണ്. സ്വഭാവശുദ്ധിയുള്ള സ്ത്രീകൾ ധാരാളമുണ്ട്. പക്ഷേ അവർ സാക്ഷികളാവാൻ യോഗ്യരല്ല. കാരണം അവർ സ്ഥിരബുദ്ധികളല്ല. സ്വഭാവദോഷം മുതലായവയുള്ളയാളുകൾ സാക്ഷികളാകാൻ യോഗ്യരല്ല.

സ്ത്രീകളുടെ മുഖം, പഴം കൊത്തിയിടുന്ന കാക്ക തുടങ്ങിയ പക്ഷികൾ, പശുപാലു ചുരത്താൻ കുടിപ്പിക്കുമ്പോൾ കന്നിന്റെ വായ്, നായാട്ടിൽ മൃഗങ്ങളെപിടിക്കുന്ന നായ എന്നിവ നിത്യം ശുദ്ധങ്ങളാണ്.

ഭാര്യയുമൊരുമിച്ച് ഒരേ പാത്രത്തിൽ നിന്നു ആഹാരം കഴിക്കരുത്. ഭാര്യ ഭക്ഷണം കഴിക്കുന്നതു നോക്കരുത്. അവൾ തുമ്മുകയോ കോട്ടുവായിടുകയോ, യഥേഷ്ടം ഇരിക്കുകയോ ചെയ്യുമ്പോഴും അവളെ ശ്രദ്ധിക്കരുത്. അവൾ കണ്ണിൽ മഷിയെഴുതുമ്പോഴും ശരീരത്തിൽ എണ്ണ തേയ്ക്കുമ്പോഴും, മാറുമറയ്ക്കാതിരിക്കുമ്പോഴും, പ്രസവിക്കുമ്പോഴും ബ്രാഹ്മണൻ നോക്കുവാൻ പാടില്ല.

വിറ്റാലും വെടിഞ്ഞാലും ഭർത്താവിൽനിന്നു ഭാര്യ മോചിതയാകുന്നില്ല. പണ്ടു പ്രജാപതി നിർമിച്ച നിയമമാണിതെന്നു നാം കരുതുന്നു. പിതൃസ്വത്ത് ഭാഗം വയ്ക്കുന്നത് ഒരിക്കൽ മാത്രം. കന്യാദാനവും അങ്ങനെ തന്നെ. ഗോദാനം ചെയ്യുമ്പോഴും അപ്രകാരം തന്നെയാണ്. ഇവ മൂന്നും സജ്ജനങ്ങൾക്ക് ഒരിക്കൽ മാത്രമേയുള്ളൂ.

'നോദ്വാഹി കേഷു മന്ത്രേഷു
നിയോഗഃ കീർത്യതേ ക്വചിത്
ന വിവാഹവിധാവുക്തം
വിധവാവേദനം പുന:' (മനു - 9: 65)

(വിവാഹമന്ത്രങ്ങളിലെങ്ങും നിയോഗം പറഞ്ഞിട്ടില്ല. വിവാഹം വിധിക്കുന്ന ശാസ്ത്രങ്ങളിലും വിധവയ്ക്കു വീണ്ടും വിവാഹം വിധിച്ചിട്ടില്ല.)

ഉത്കൃഷ്ടാചാരവാനും സുരൂപനും സമാനജാതീയനുമായ വരന് വിവാഹപ്രായമായില്ലെങ്കിലും കന്യകയെ യഥാവിധി വിവാഹം ചെയ്തു കൊടുക്കേണ്ടതാണ്.

ഋതുമതിയാകുന്നതിനുമുമ്പ് പിത്രാദികൾ കന്യകയുടെ വിവാഹം നടത്തിക്കൊടുക്കേണ്ടതാണ്. എന്നാൽ ഋതുമതിയായകന്യകതന്നെ സദൃശനായവരന് പിത്രാദികൾ വിവാഹം ചെയ്തുകൊടുക്കാൻ മൂന്നു വർഷം കാത്തിരിക്കേണ്ടതാണ്. അതിനുശേഷം വിവാഹം നടന്നില്ലെങ്കിൽ അവൾക്ക് സദൃശനായ വരനെ സ്വയം കണ്ടെത്താവുന്നതാണ്. മുപ്പതുവയസ്സുകാരൻ മനസ്സിനിണങ്ങിയ പന്ത്രണ്ടുവയസ്സുകാരിയെയാണു വിവാഹം കഴിക്കേണ്ടത്. ഇരുപത്തിനാലുവയസ്സുകാരൻ എട്ടുവയസ്സുള്ളവളെയും. വരന്റെ പ്രായത്തിന്റെ മൂന്നിലൊന്നാണു വധുവിന്റെ പ്രായമെന്നർത്ഥം.

'പിതാരക്ഷതികൗമാരേ
ഭർത്താരക്ഷതിയൗവനേ
രക്ഷന്തിസ്ഥവിരേ പുത്രാഃ
ന സ്ത്രീ സ്വാതന്ത്ര്യമർഹതി.' (മനു - 9: 3)

(കൗമാരത്തിൽ പിതാവും യൗവനത്തിൽ ഭർത്താവും വാർദ്ധക്യത്തിൽ പുത്രന്മാരും സ്ത്രീയെ സംരക്ഷിക്കുന്നു. അതുകൊണ്ട് സ്ത്രീ സ്വാതന്ത്ര്യം അർഹിക്കുന്നില്ല.) ബാലയോ യുവതിയോ വൃദ്ധയോ ആരു തന്നെയായാലും സ്ത്രീ സ്വഗൃഹത്തിൽപോലും ചെറിയ കാര്യമായാലും തന്നിഷ്ടം പോലെ പ്രവർത്തിക്കരുത്. ബാല്യത്തിൽ പിതാവിന്റെയും യൗവനത്തിൽ ഭർത്താവിന്റെയും ഭർത്താവു മരിച്ചാൽ പുത്രന്മാരുടെയും അധീനതയിൽ വേണം സ്ത്രീ ജീവിക്കുവാൻ. സ്ത്രീ സ്വാതന്ത്ര്യം ആഗ്രഹിക്കരുത്. പിതാവിനോടോ ഭർത്താവിനോടോ പുത്രനോടോ പിരിഞ്ഞു ജീവിക്കണം എന്നു സ്ത്രീ ആഗ്രഹിക്കരുത്. അവരിൽനിന്നും അകന്നു കഴിഞ്ഞാൽ അവൾ ഭർതൃകുലത്തെയും പിതൃകുലത്തെയും നിന്ദാപാത്രങ്ങളാക്കിത്തീർക്കും. പിതാവോ പിതാവിന്റെ അനുമതിയോടെ സഹോദരനോ അവളെ ആർക്കു വിവാഹം ചെയ്തുകൊടുക്കുന്നുവോ അവനെ അവൾ ആജീവനാന്തം ശുശ്രൂഷിക്കേണ്ടതാണ്. അവൻ

മരിച്ചാൽ അവൾ അവനെ അതിലംഘിക്കരുത്. ഭർത്താവ് സദാചാര ശൂന്യനോ പരനാരീരതനോ ഗുണരഹിതനോ ആയാലും പതിവ്രതയായ ഭാര്യയ്ക്ക് അവൻ ദേവനെപ്പോലെ പൂജ്യനാകുന്നു. ഭർത്താവിനെ കൂടാതെ സ്ത്രീയ്ക്ക് യജ്ഞമോ വ്രതമോ ഉപവാസവോ ഇല്ല. ഭർതൃശുശ്രൂഷകൊണ്ടുതന്നെ സ്ത്രീസ്വർഗത്തിൽ പൂജനീയയായിത്തീരുന്നു. ഭർത്താവിനോടൊപ്പം ധർമമനനുഷ്ഠിച്ചു പരലോകം പ്രാപിക്കണമെന്നാഗ്രഹിക്കുന്ന പതിവ്രതയായ സ്ത്രീ ഭർത്താവു ജീവിച്ചിരിക്കുമ്പോഴും അതിനുശേഷവും അപ്രിയമായതൊന്നും ചെയ്തുകൂടാത്തതാകുന്നു. വിധവ ശുദ്ധമായ പൂവോ കിഴങ്ങോ പഴമോ അല്പാല്പമായി മാത്രം ഭക്ഷിച്ച് ശരീരത്തെ ശോഷിപ്പിക്കണം. കാമലാഞ്ഛനയോടെ പരപുരുഷന്റെ പേരുപോലും ഉച്ചരിക്കരുത്. ഭർത്താവു മരിച്ചശേഷം ബ്രഹ്മചര്യം പാലിക്കുന്ന പതിവ്രത അപുത്രയാണെന്നാൽപോലും കൗമാരബ്രഹ്മ ചാരിണികളെപ്പോലെ സ്വർഗ്ഗം പ്രാപിക്കും. സവർണയും ആചാരനിഷ്ഠയുമായ സ്ത്രീ ഭർത്താവിനു മുമ്പു മരിച്ചാൽ ദഹനധർമറിയുന്ന ദ്വിജൻ അവളെ അഗ്നിഹോത്രിയെക്കൊണ്ട് യജ്ഞപാത്രങ്ങൾ ഉപയോഗിച്ചു ദഹിപ്പിക്കേണ്ടതാണ്.

തന്നേക്കാൾ മുമ്പേ മരിച്ച ഭാര്യയുടെ അന്ത്യകർമ്മത്തിന് അഗ്നി കൊളുത്തിയശേഷം ഗൃഹസ്ഥൻ വീണ്ടും വിവാഹം ചെയ്യണം. ഉടനെ അഗ്നികർമങ്ങൾ നടത്തണം.

'യത്രനാര്യസ്തു പൂജ്യന്തേ
രമന്തേ തത്രദേവതാഃ
യത്രൈതാസ്തു ന പൂജ്യന്തേ
സർവാസ്തത്രാഫലാഃക്രിയാഃ' (മനു - 3: 56)

(എവിടെ സ്ത്രീകൾ പൂജിക്കപ്പെടുന്നുവോ അവിടെ ദേവതകൾ രമിക്കുന്നു. എവിടെ അവർ ആദരിക്കപ്പെടുന്നില്ലയോ അവിടെ ചെയ്യപ്പെടുന്ന സകലകർമങ്ങളും വിഫലങ്ങളായിത്തീരുന്നു) ആകയാൽ ക്ഷേമം ഉണ്ടാവണമെന്നാഗ്രഹിക്കുന്ന ആളുകൾ എല്ലാപ്പോഴും കുലസ്ത്രീകളെ ആഭരണം, വസ്ത്രം, ആഹാരം ഇത്യാദി നൽകി ബഹുമാനിക്കേണ്ടതാകുന്നു). ഏതു കുലത്തിൽ ഭർത്താവു ഭാര്യയാൽ സന്തുഷ്ടനും ഭാര്യ ഭർത്താവിനാൽ സന്തുഷ്ടയുമാണോ ആ കുലത്തിൽ എന്നും ശ്രേയസ്സുണ്ടാകും. സ്ത്രീ അലങ്കാരാദികൾ കൊണ്ടു ശോഭിച്ചില്ലെങ്കിൽ അവൾ ഭർത്താവിനെ സന്തുഷ്ടയാക്കില്ല. ഭർത്താവു സന്തുഷ്ടനാകാതിരുന്നാൽ ഗർഭധാരണം സംഭവിക്കുകയില്ല. പാൽപ്പായസം ചില്ലുഭരണിയിൽ സൂക്ഷിക്കണമെന്നർത്ഥം.

സ്ത്രീകളെ വളരെ ലാഘവത്തോടെ കാണുന്ന സ്മൃതി മാതാവിനെക്കുറിച്ചു പറയുന്നത് ശ്രദ്ധേയമാണ്.

'ഉപാധ്യായാൻ ദശാചാര്യ
ആചാര്യാണാം ശതം പിതാ
സഹസ്രം തു പിതൄൻ മാതാ
ഗൗരവേണാതിരിച്യതേഃ' (മനു - 2: 145)

(പത്തുപാധ്യായന്മാരേക്കാൾ ആചാര്യനും നൂറ് ആചാര്യന്മാരേക്കാൾ പിതാവും ആയിരം പിതാക്കന്മാരേക്കാൾ മാതാവും ഗൗരവത്തിന്റെ കാര്യത്തിൽ മേലെയാണ്). വേദത്താൽ ഇരു കാതുകളും യഥാതഥം നിറയ്ക്കുന്ന അധ്യാപകൻ മാതാവും പിതാവുമാണെന്നറിയുക. അദ്ദേഹത്തെ ഒരിക്കലും ദ്രോഹിച്ചേക്കരുത്. ഇങ്ങനെ ചിന്തിക്കുമ്പോൾ മാതാവിനെക്കുറിച്ചു പറയുന്ന ഒറ്റപ്പെട്ട ഈ അഭിപ്രായം കാലാന്തരത്തിൽ വന്നുപെട്ടതാവാം, പ്രക്ഷിപ്തമാവാം.

ഇങ്ങനെ പരിശോധിക്കുമ്പോൾ പ്രാചീനഭാരതം സ്ത്രീകൾക്കു സ്വാതന്ത്ര്യം നല്കിയിരുന്നില്ലെന്നു മാത്രമല്ല, അവരെ മനുഷ്യരായിപ്പോലും അംഗീകരിച്ചിരുന്നില്ല എന്ന നിഗമനത്തിൽ എത്തേണ്ടിവരും. ഗാർഗി മൈത്രേയി തുടങ്ങിയ സ്ത്രീകൾ ആ കാലഘട്ടത്തിന്റെ സംഭാവനയല്ലേ എന്ന ചോദ്യമുണ്ടാവാം. വൈദേഹന് ആയോഗവസ്ത്രീയിൽ ജനിച്ച സ്ത്രീയാണല്ലോ മൈത്രേയി. അവർ ആധ്യാത്മിക ജ്ഞാനത്തികവുള്ള സ്ത്രീരത്നമായിരുന്നില്ലേയെന്ന സംശയം ഇവിടെ സ്വാഭാവികമായുമുണ്ടാവാം. അതെല്ലാം ഒറ്റപ്പെട്ട സംഭവങ്ങളായിരുന്നെന്നേ പറയാൻ കഴിയൂ. അക്കാലത്ത് ചാർവാകന്മാരും വ്രാത്യന്മാരും ബൗദ്ധായനന്മാരും ജീവിച്ചിരുന്നുവെന്നും മനസ്സിലാക്കണം.അവർ വേദനിഷേധികളായിരുന്നുവല്ലോ. തിരുവിതാംകൂറിൽ ശ്രീനാരായണഗുരുവിന്റെ കാലത്ത് താഴ്ന്ന ജാതിക്കാർ വിദ്യാസമ്പന്നരായിരുന്നുവെന്നു പറഞ്ഞാൽ അത് ആർക്കും അംഗീകരിക്കുവാൻ കഴിയുകയില്ലല്ലോ. അതുപോലെ അംബേദ്കറുടെ കാലത്തും.

ഒരു ജാതി ഒരു മതം

'ഒരു ജാതി ഒരു മതം ഒരു ദൈവം മനുഷ്യന്
ഒരു യോനി ഒരാകാരം ഒരുഭേദവുമില്ലതിൽ'

ലോകമെമ്പാടുമുള്ള മലയാളികൾ ഏറ്റവും കൂടുതൽ ഉരുവിട്ടാവർത്തിച്ച ഒരു മന്ത്രമാണിത്. ഈ ശ്ലോകം ഒന്നിച്ചെടുത്തു പരിശോധിക്കുമ്പോഴേ അർത്ഥ പൂർത്തിവരികയുള്ളൂ. ലളിതവും ആവേശകരവുമാണ് ശ്ലോകത്തിന്റെ ആദ്യപകുതി. രണ്ടാംപകുതിയാകട്ടെ ആശയഗംഭീരവും വിപ്ലവകരവുമാണ്.

മനുഷ്യോത്ഭവത്തെക്കുറിച്ചു പ്രതിപാദിക്കുന്ന ആധ്യാത്മികഗ്രന്ഥമാണല്ലോ ഋഗ്വേദം. അതാണ് ഏറ്റവും പ്രാചീന ഗ്രന്ഥമെന്നാണ് ഭാരതീയരുടെ വിശ്വാസം. അതിൽ മനുഷ്യജാതിയെക്കുറിച്ച് പ്രതിപാദിക്കുന്നുണ്ട്. പുരുഷസൂക്തത്തിലാണതുള്ളത്.

'ബ്രാഹ്മണോസ്യ മുഖമാസീദ്
ബാഹൂരുരാജന്യഃകൃതഃ
ഊരൂതദസ്യയദ്വൈശ്യഃ
പദ്ഭ്യാം ശൂദ്രോജായത' (ഋഗ്വേദം - 8:4:19)

(ബ്രാഹ്മണൻ ബ്രഹ്മാവിന്റെ മുഖമായി ഭവിച്ചു. ബാഹുക്കളിൽ നിന്നു ക്ഷത്രിയനെയും ഊരുക്കളിൽനിന്നു വൈശ്യനെയും സൃഷ്ടിച്ചു. പാദങ്ങളിൽ നിന്നു ശൂദ്രൻ ജനിച്ചു). ഇവിടെ ബ്രാഹ്മണ സൃഷ്ടിയെക്കുറിച്ചു പറയുന്നതിനു 'ആസീദ്' എന്നും ക്ഷത്രിയ, വൈശ്യരെക്കുറിച്ചുപറയുന്നതിനു 'കൃത:' എന്നും ശൂദ്രരെക്കുറിച്ചു പറയുന്നതിനു 'അജായത' എന്നുമുള്ള വ്യത്യസ്ത പദങ്ങളാണുപയോഗിച്ചിരിക്കുന്നത്.

ഇതു മനുസ്മൃതിയിൽ പറഞ്ഞിരിക്കുന്നത് ഇങ്ങനെയാണ്.

'ലോകാനാം തു വിവൃദ്ധ്യർത്ഥം
മുഖബാഹൂരു പാദതഃ
ബ്രാഹ്ണം ക്ഷത്രിയം വൈശ്യം
ശൂദ്രംച നിരവർതയത്' (മനു - 1:31)

(ലോകങ്ങളുടെ അഭിവൃദ്ധിക്കായി ബ്രഹ്മാവു തന്റെ മുഖത്തുനിന്നും ബ്രാഹ്മണനെയും ബാഹുക്കളിൽനിന്നു ക്ഷത്രിയനെയും ഊരുക്കളിൽ നിന്നു വൈശ്യനെയും പാദങ്ങളിൽ നിന്നു ശൂദ്രനെയും സൃഷ്ടിച്ചു.). ഇവിടെ നാലു വിഭാഗത്തിനും വേണ്ടി 'നിരവർതയത' എന്ന ഒരു ക്രിയയേ പ്രയോഗിച്ചിട്ടുള്ളൂ.

ശാങ്കരസ്മൃതിയാകട്ടെ തുടങ്ങുന്നതുതന്നെ

വിസ്തരേണ വിഷീദത്സു
കൃപയാ മന്ദബുദ്ധിഷു (ശാങ്കര - 1: 2)

(വിസ്തൃതമായതിനാൽ ഗ്രഹിക്കാൻ വിഷമിക്കുന്ന മന്ദബുദ്ധികളിൽ ആശയം എത്തിക്കുന്നതിനുവേണ്ടി) എന്ന ആമുഖത്തോടെയാണ്.

'ബ്രാഹ്മണഃ ക്ഷത്രിയോ വൈശ്യ:
ശൂദ്രശ്ചേതി സ്വയംഭുവ:
ചത്വാരോ മുഖബാഹൂരു
പദ്ഭ്യോ വർണാഃപുരാഭവൻ.' (ശാങ്കര - 1:5)

(പണ്ട് ബ്രാഹ്മണൻ ക്ഷത്രിയൻ, വൈശ്യൻ, ശൂദ്രൻ എന്നിവർ ബ്രഹ്മാവിന്റെ മുഖത്തുനിന്നും ബാഹുക്കളിൽ നിന്നും ഊരുക്കളിൽനിന്നും പാദങ്ങളിൽ നിന്നും ഉണ്ടായി).

വൈദികകാലത്തുനിന്നും സ്മൃതി കാലത്തിലൂടെ നവോത്ഥാന കാലത്തിലേക്കെത്തുമ്പോൾ ബ്രാഹ്മണനു സംഭവിക്കുന്ന മാറ്റങ്ങൾ ശ്രദ്ധേയമാണ്. വൈദികകാലത്ത് ബ്രാഹ്മണൻ അയോനിജനായിരുന്നു. ബ്രാഹ്മാവിന്റെ മുഖത്തുനിന്നു ജനിച്ചുവെന്നല്ല ബ്രഹ്മാവിന്റെ മുഖമാണു ബ്രാഹ്മണനെന്നാണ് ഋഗ്വേദം ഘോഷിച്ചത്. ഉപ്പും ഉപ്പിലിട്ടതും മലയാളികൾക്കറിയാം. അത്തരത്തിലൊരു വ്യത്യാസം മുഖവും മുഖത്തിൽ നിന്നുള്ള സൃഷ്ടിയും തമ്മിലുണ്ട്. ബ്രാഹ്മണൻ ബ്രഹ്മാവിന്റെ ഉത്തമാംഗമാണെങ്കിൽ ബ്രാഹ്മണന്റെ വാക്കുകൾ ബ്രഹ്മാവിന്റെ വാക്കുകളാവുകയാണ്. ബ്രാഹ്മണനെ നിഷേധിച്ചാൽ അതു ബ്രഹ്മാവിനെ നിഷേധിക്കലാണ്. ബ്രാഹ്മനെ വധിച്ചാൽ അതു ബ്രഹ്മാവിനെ വധിക്കലാണ്. അപ്രകാരത്തിൽവന്നു ചേർന്നതാണ് ബ്രഹ്മഹത്യാപാപം എന്നു വേണം മനസ്സിലാക്കാൻ.

സ്മൃതിയുടെ കാലമായപ്പോഴേക്കും അതിൽ അല്പം മാററം സംഭവിച്ചു. ചതുർവർണികരെല്ലാം യോനിജരായി. എന്നു മാത്രമല്ല ബ്രഹ്മാവ് ബോധപൂർവം സൃഷ്ടിച്ചതാണെന്നും വന്നു. ബ്രാഹ്മണനെ ഉത്തമാംഗത്തിൽനിന്നും ക്ഷത്രിയനെ ബാഹുക്കളിൽനിന്നും വൈശ്യനെ ഊരുക്കളിൽനിന്നും ശൂദ്രനെ പാദങ്ങളിൽനിന്നും സൃഷ്ടിച്ചു. വേദത്തിൽ ശൂദ്രൻ 'അജായത' എന്നാണെങ്കിൽ മനുസ്മൃതിയിലെത്തിയപ്പോൾ ത്രിവർണികൾക്കൊപ്പം 'നിരവർതയത' ആയി. ബ്രാഹ്മണൻ മുഖയോനിജനും ക്ഷത്രിയൻ ബാഹുയോനിജനും വൈശ്യൻ ഊരുയോനിജനും ശൂദ്രൻ പാദയോനിജനുമായി.

ശാങ്കസ്മൃതി പ്രധാനമായും മലയാളി ബ്രാഹ്മണരെ ഉദ്ദേശിച്ചാകയാൽ അതിനെ ഉത്തരേന്ത്യക്കാർ കാര്യമായെടുത്തിട്ടില്ല. അതിന്റെ രചന ബുദ്ധിമാന്ദ്യമുള്ളവരെ പ്രധാനമായും മുന്നിൽകണ്ടതുകൊണ്ടാവണം കേരളീയരും പരിഗണന നൽകി പഠിക്കാൻ ശ്രമിച്ചില്ല. ആകയാൽ അതു ലുപ്തപ്രചാരത്തിലായിപ്പോയി. അബദ്ധജടിലമെന്നു വിശേഷിപ്പിക്കപ്പെട്ടിട്ടുള്ള ശാങ്കരസ്മൃതി പൂർണ രൂപത്തിൽ ഇനിയും ലഭ്യമായിട്ടില്ലെന്നാണറിയുന്നത്.

വൈദിക കാലത്തിലെ ബ്രാഹ്മണൻ സ്മൃതികളുടെ കാലത്തിലൂടെ കടന്ന് നവോത്ഥാനകാലത്തിലേ ക്കെത്തിയപ്പോൾ സംഭവിച്ച മാറ്റം അത്ഭുതാവഹമായിരുന്നു. ബ്രാഹ്മണൻ ബ്രഹ്മാവിന്റെ മുഖമാണെന്ന വാക്യവും മുഖത്തുനിന്നാണവൻ ജനിച്ചതെന്ന സ്മൃതി വിശ്വാസവും ചോദ്യം ചെയ്യപ്പെട്ടു. പശുവിനു പശുവെന്ന അവസ്ഥപോലെയാണു മനുഷ്യന് മനുഷ്യനെന്ന അവസ്ഥയെന്നു ശ്രീനാരായണഗുരു പ്രഖ്യാപിച്ചു. പശുവുമായി ബന്ധപ്പെട്ടാണല്ലോ പ്രാചീന ഭാരതത്തിൽ ജീവിതം കരുപ്പിടിച്ചു വന്നത്. പശു പുണ്യമൃഗമായാണു കരുതപ്പെട്ടിരുന്നത്. പശുവിൻ പാൽ പത്ഥ്യാഹാരമാണ്. അതിന്റെ മാംസം മേധ്യമാണ്. ഗോമേധത്തിൽ വധിക്കപ്പെടുന്ന പശുവും യജ്ഞം നടത്തുന്ന യജമാനനും ഭാര്യയും സ്വർഗത്തിലെത്തി ചേരുമെന്നാണ് വിശ്വാസം. (ശാങ്കരസ്മൃതി നരബലിയും ഗോമേധവും അശ്വമേധവുമൊക്കെ വിലക്കിയിട്ടുണ്ട്). ബ്രാഹ്മണനും ക്ഷത്രിയനും വൈശ്യനും ശൂദ്രനും യാഗം നടത്തിയിരുന്നുവല്ലോ. യാജനം ചെയ്യുന്നയാൾക്ക് അർഹതപ്പെട്ട ദക്ഷിണ നൽകാൻ കഴിയണം. അതായിരുന്നുവല്ലോ അതു നടത്തുന്നതിനുള്ള യോഗ്യത. ബ്രാഹ്മണൻ മുതൽ ശൂദ്രൻ വരെ നടത്തിയിരുന്ന യാഗങ്ങളിലെ യജ്ഞപ്പശുവിന് പലയോനി എങ്ങും വിധിക്കപ്പെട്ടിട്ടില്ല. ഗോവിന് ഒരു യോനിയേയുള്ളൂ. ഗോവിന് ആകൃതിയും ഒന്നേയുള്ളൂ.

ഒരുയോനി ഒരാകാരം
ഒരുഭേദവുമില്ലതിൽ

എന്ന ശ്രീനാരായണഗുരു പറഞ്ഞപ്പോൾ ആയിരത്താണ്ടുകളായി ഊട്ടിയുറപ്പിച്ച വിശ്വാസപ്രമാണമാണ ചില്ലുകൊട്ടാരം പോലെ തകർന്നടിഞ്ഞത്. പിന്നീട് കുമാരനാശാൻ ഇക്കാര്യം ഉറക്കെ വിളിച്ചു ചോദിച്ചു.

ചണ്ഡാലിതൻ മെയ്ദ്വിജന്റെ-ബീജ
പിണ്ഡത്തിനൂഷരമാണോ?

ശൂദ്രന് ബ്രാഹ്മണിയിൽ പിറക്കുന്ന പ്രതിലോമസന്താനമാണ ചണ്ഡാലൻ. ചാതുർവർണ്യവ്യവസ്ഥയിലെ ഏറ്റവും നീചജന്മം. ഒരു യോനി ഒരാകാരം. അതുകൊണ്ടാണ് ചണ്ഡാല സ്ത്രീയിലും ബ്രാഹ്മണനു സന്തതിപിറക്കുന്നത്. ഗോ യോനിയിൽ ആടിനു സന്തതിയുണ്ടാകാത്തതിനു കാരണം ഒരു യോനി ഒരാകാരം അല്ലാത്തതുകൊണ്ടാണ്. ചണ്ഡാലജന്മം തന്നെയാണ് ഒരു യോനി ഒരാകാരത്തിന് ഏറ്റവും വലിയ ഉദാഹരണവും. അതു പ്രതിലോമ ജന്മമാണല്ലോ. ബ്രാഹ്മണിയിൽ ശൂദ്രനുണ്ടാകുന്നവനാണ ചണ്ഡാലൻ. ബ്രാഹ്മണിയും ശൂദ്രനും ചണ്ഡാലനും മനുഷ്യനായിരിക്കുന്നിടത്തോളം അവർ ഒരു ജാതിയാണ്. വെച്ചൂർപ്പശു, ഗുരുവായൂർപ്പശു, കമ്പക്കാള എന്നെല്ലാം വ്യവഹാരത്തിൽ പറയാമെങ്കിലും അവയിൽ ഗോത്വം ഉള്ളിടത്തോളം കാലം അവ ഗോകുലസന്താനങ്ങളാണ്. കുമാരാനാശാൻഅത് മാർദ്ദവമില്ലാത്ത ഭാഷയിൽ പറഞ്ഞുപോയെന്നുമാത്രം.

മാതൃദേവോഭവ!

മാതൃദേവോഭവ. തൈത്തിരിയോപനിഷത്തിലെ ഒരു മന്ത്രമാണിത്. മാതാവ് ദൈവമാകുന്നുവെന്നത്രെ ഇതിനർത്ഥം. 'ദേവ' എന്നതിന്റെ ഭാവമാണ് ദൈവം. എങ്ങനെയാണു മാതാവു ദൈവമായതെന്നതിനെക്കുറിച്ചു ചിന്തിച്ചിട്ടുണ്ടോ?

സാധാരണക്കാരനു മനസ്സിലാക്കാൻ കഴിയുന്ന ഈ ലോകം രൂപം കൊള്ളുമ്പോൾ നാലിലൊരു ഭാഗം കരയും മൂന്നുഭാഗം കടലുമായിരുന്നു. കര മുഴുവൻ വനമായിരുന്നു.കടലിലുമുണ്ടായിരുന്നു പ്രാണവായു പുറത്തു വിടുന്ന സസ്യങ്ങൾ. ഭൂമയിൽ പ്രാണവായു ലഭിച്ചിരുന്നത് കരയിലും കടലിലുമുള്ള സസ്യങ്ങളിൽനിന്നുമായിരുന്നു.

കോടിക്കണക്കിനു വർഷങ്ങൾകൊണ്ട് കരയിലും കടലിലും ജീവികളുണ്ടായി. അറിയാൻ കഴിഞ്ഞിടത്തോളം ഇന്നു ഭൂമിയിലുള്ള ജീവികളിൽ ഏറ്റവും അവസാനം ഉണ്ടായതാണു മനുഷ്യൻ. വിശേഷബുദ്ധിയുണ്ട് എന്നതാണു മനുഷ്യന്റെ പ്രത്യേകത. അതാകട്ടെ വികസിച്ചത് ലക്ഷക്കണക്കിനു വർഷങ്ങളെടുത്താണ്. അത് ഒന്നോ രണ്ടോ തലമുറകൾ കൊണ്ടു സംഭവിച്ചതല്ലെന്നർത്ഥം. കാലം കളയാതെ കാത്തുസൂക്ഷിച്ച അവശിഷ്ടങ്ങളിൽ നിന്നാണ് ഇത്തരം കാര്യങ്ങൾ മനുഷ്യൻ മനസ്സിലാക്കിയത്. പൂ വിരിയുന്നതു കണ്ടിട്ടുണ്ടോ? ശ്രദ്ധിച്ചു മനസ്സിലാക്കിയിട്ടുണ്ടോ? ഏതാനും സമയം മാത്രമെടുത്തു പൂവിരിയുന്ന സംഭവം നടക്കുമ്പോൾ അതു നോക്കിയിരുന്നു മനസ്സിലാക്കാൻ കഴിയാത്ത മനുഷ്യന് ലക്ഷക്കണക്കായ വർഷങ്ങൾകൊണ്ടു സംഭവിക്കുന്ന മാറ്റത്തെ കണ്ടു

മനസ്സിലാക്കാൻ കഴിയുകയില്ലെന്നു പറയുന്നതിൽ അർത്ഥമില്ലല്ലൊ.

മതഗ്രന്ഥങ്ങളെല്ലാം തന്നെ മനുഷ്യന്റെ ഉത്ഭവത്തെക്കുറിച്ചുപറയുന്നുണ്ട്. അതതുമത ഗ്രന്ഥങ്ങൾ ഉണ്ടായ കാലഘട്ടത്തിലെ മനുഷ്യബോധത്തിന്റെയും ബോധ്യത്തിന്റെയും അടിസ്ഥാനത്തിലാണത്.

കടലിൽ മത്സ്യം ആദ്യമായി ഉണ്ടായതെവിടെയാണ്. കരയിൽ ആന ഉണ്ടായതെവിടെയാണ് എന്നിത്യാദിപോലുള്ള ചോദ്യങ്ങൾ പോലെ നിരർത്ഥകമാണ്, ആദ്യമായി മനുഷ്യൻ ഉണ്ടായതെവിടെയാണെന്ന ചോദ്യം. എന്നാൽ പ്രാചീനമനുഷ്യന്റെ അവശിഷ്ടങ്ങൾലോകത്തിലെല്ലായിടത്തു നിന്നും കണ്ടെടുക്കപ്പെട്ടിട്ടില്ല.. അതുകണ്ടെടുക്കപ്പെട്ട സ്ഥലങ്ങളിൽ പ്രാചീന മനുഷ്യർ ജീവിച്ചിരുന്നുവെന്നു ചിന്തിക്കുന്നതിനപ്പുറം കടന്ന് അവിടെ മാത്രമാണു അവർ ജീവിച്ചിരുന്നത് എന്നും മറ്റു സ്ഥലങ്ങളിലേക്കു വ്യാപിക്കുകയാണുണ്ടായത് എന്നും ചിന്തിക്കുന്നതിൽ വസ്തുതകൾ ഉണ്ടെന്നു പറയാൻ കഴിയുകയില്ല.

കര മുഴുവൻ കന്യാവനമായിരുന്ന പ്രാചീന കാലഘട്ടത്തിൽ സമാനപരിസ്ഥിതിയുള്ള പ്രദേശങ്ങളിൽ ആദിമമനുഷ്യർ പിറവിയെടുത്തിരിക്കണം. ഇന്നും എല്ലാ വനങ്ങളിലും സിംഹം, സിഹവാലൻകുരങ്ങ്, പുലി, കഴുതപ്പുലി, ജിറാഫ്, കുതിര, ആന തുടങ്ങിയവ കാണപ്പെടുന്നില്ലല്ലൊ. സസ്യഭുക്കുകളും മാസഭുക്കുകകളും ഇടകലർന്നു ജീവിക്കുന്ന ജന്തുസമൂഹത്തിലേക്ക് പതിനായിരക്കണക്കിന് വർഷംകൊണ്ട് പ്രാചീനമനുഷ്യൻ രൂപംകൊണ്ടു. മുൻഗാമികളെപ്പോലെതന്നെ അവരും സുരക്ഷിത താവളങ്ങൾ കണ്ടെത്തി ജീവിച്ചു. പ്രകൃതി ജീവിലോകത്തിന്റെ സന്തുലനാവസ്ഥ പാലിച്ചുകൊണ്ട് കാലങ്ങളെ അതിജീവിച്ചു മുന്നോട്ടു നീങ്ങി.

ജരായുവുള്ള ജന്തുക്കളിൽ ഏറ്റവും കൂടുതൽ പരിപാലനം ആവശ്യമായുള്ളത് മുഷ്യശിശുവിനാണ്. പൊക്കിൾക്കൊടി ബന്ധം ഏവർക്കും അറിവുള്ളതാണല്ലൊ. ഇന്നത്തെക്കണക്കിൽ നാലഞ്ചു വർഷക്കാലം ശിശുവിന്റെ ജീവിതം അമ്മയെ ചുറ്റിപ്പറ്റിയാണ്. സ്വാഭാവികമായും അമ്മ അവന് ഒരത്ഭുതമായിരുന്നു. അവർ പ്രസവിച്ചുണ്ടായ കുട്ടികളെയെല്ലാം അവർ വളർത്തി വലുതാക്കി. കുടുംബത്തിലെ നേതൃസ്ഥാനം അമ്മയ്ക്കായിരുന്നു. ആണും പെണ്ണും ഒരുമിച്ചു കഴിഞ്ഞു. വനത്തിലെ മരങ്ങൾ കായ്ക്കുന്നതുപോലെ, അവർ പ്രസവിച്ചു കുഞ്ഞുങ്ങളുണ്ടാകുന്നുവെന്നതിനപ്പുറം പുതുതലമുറയുടെ ഉത്ഭവത്തെക്കുറിച്ചൊന്നും അറിയില്ലായിരുന്നു. അതുകൊണ്ടുതന്നെ തങ്ങളെ ഗർഭം ധരിച്ചു പ്രസവിച്ചു പോറ്റി വളർത്തിയ അമ്മ കുടുംബത്തിന്റെ കേന്ദ്രമായി. ആയിരത്താണ്ടുകളോളം ആ അവസ്ഥ തുടർന്നുവെന്നുവേണം മനസ്സിലാക്കാൻ.

പിന്നീട് പുരുഷന്റെ പങ്ക് മനുഷ്യനു മനസ്സിലായി. അത് അവനിൽ നഗ്നത മറയ്ക്കേണ്ടതാണെന്ന ബോധം ജനിപ്പിച്ചു. പ്രകൃതിയിൽനിന്നു തന്നെ ലഭ്യമായ വസ്തുക്കൾ ഉപയോഗിച്ച് അവൻ നഗ്നതമറച്ചു. അപ്പോഴും പൊക്കിൾക്കൊടി ബന്ധമുള്ള അമ്മയെന്ന വികാരം രക്തത്തിൽ അലിഞ്ഞുചേർന്നെന്നപ്പോലെ അവനെ പിന്തുടർന്നു. അതിന്നും തുടരുന്നു.

പിതൃദേവോഭവ!

മനുഷ്യൻ സൃഷ്ടിയുടെ രഹസ്യം മനസ്സിലാക്കി. ആ രഹസ്യമാകട്ടെ പുരുഷനാണ് സൃഷ്ടിയുടെ കാരണമെന്നാണ്. വിത്തു നിലത്തുവീണ് മുളയ്ക്കുന്നതുപോലെ പുരുഷനിൽനിന്നു സ്ത്രീയിൽ വീഴുന്ന വിത്ത് കുട്ടിയായി മുളച്ചു വളരുന്നു. ഈ അറിവ് മനുഷ്യചരിത്രത്തിൽ വലിയ മാറ്റങ്ങൾക്കു കാരണമായി. ഇണയെന്ന സങ്കല്പമുണ്ടായി. പിതാവിന്റെ മക്കൾ എന്ന സങ്കല്പമുണ്ടായി. ഇണയെയും കുട്ടികളെയും സംരക്ഷിക്കണമെന്ന സങ്കല്പമുണ്ടായി. തന്റെ വിത്തു മുളപ്പിച്ചെടുക്കാനുള്ള സ്ത്രീയും മുളച്ചുണ്ടാകുന്ന കുട്ടികളും തന്റേതാണെന്ന സങ്കല്പം അവർ തന്നാൽ സംരക്ഷിക്കപ്പെടേണ്ടവരാണെന്ന ചിന്തയിലേക്കു മനുഷ്യനെ നയിച്ചു. ഇതിൽനിന്നും 'താനും തന്റെ കുടുംബവും' എന്ന ആശയം രൂപം കൊണ്ടു. എന്റെ 'ഇണ', 'എന്റെ കുട്ടികൾ', അവർക്കു ഭക്ഷിക്കാൻ 'ഞാൻ ശേഖരിച്ചുവച്ച എന്റെ ഭക്ഷണം' അവർക്കു ആപത്തില്ലാതെ കഴിഞ്ഞുകൂടാൻ കണ്ടെത്തി ഉണ്ടാക്കിയ 'എന്റെ താവളം' 'ഞാൻ', 'എന്റെ' എന്നിങ്ങനെയുള്ള ആശയങ്ങൾ രൂപം കൊണ്ടു.

തന്റെ രൂപത്തിൽ തന്നെത്തന്നെ സ്ത്രീയിൽ ഉണ്ടാക്കിയെടുക്കുന്ന ഏതോ ഒരു ശക്തിയുണ്ടെന്ന തോന്നൽ അവനുണ്ടായി. ജീവിച്ചിരുന്ന കാലത്ത് തങ്ങളെ കാത്തുസംരക്ഷിച്ചിരുന്ന മാതാപിതാക്കൾ മരണാനന്തരം തങ്ങളെ സംരക്ഷിച്ചുകൊണ്ട് വനത്തിൽ തന്നെയുണ്ടെന്നവർ കരുതി. പ്രയാസങ്ങളുണ്ടാവുമ്പോൾ അവരെ ഓർത്ത് വിലപിക്കുകയും അതു മാറുമ്പോൾ അവരുടെ അനുഗ്രഹം കൊണ്ടാണതുമാറിയതെന്നാശ്വസിക്കുകയും ചെയ്തു. അപകടങ്ങളിൽ നിന്നും രക്ഷപ്പെട്ടവർ തങ്ങൾ മരിച്ചുപോയവരെ സ്മരിച്ചതുകൊണ്ടാണ് അഥവാ അവരുടെ അനുഗ്രഹം കൊണ്ടാണ് രക്ഷപ്പെട്ടതെന്ന് ആശ്വാസംകൊണ്ടു. ഇതേ സമയം തന്നെ ഇതിനെ നിഷേധിക്കുന്ന ആശയവും രൂപം കൊണ്ടിരുന്നിരിക്കാം.

'ഞാൻ' മരിച്ചാൽ 'ഞാൻ' ഇല്ലാതെയാകും. എന്നാൽ 'ഞാൻ' ഇല്ലാത്ത ലോകത്തെ വിഭാവനം ചെയ്യാൻ മനുഷ്യൻ അശക്തനായിരുന്നു പൊതുവെ. എന്നാൽ ചിലർ ഞാൻ ജനിക്കുന്നതിനുമുമ്പും

ലോകമുണ്ടായിരുന്നുവെന്നും മരിച്ചതിനുശേഷവും ലോകം നിലനില്ക്കു മെന്നും ചിന്തിച്ചു. ഇത് ആധ്യാത്മിക ചിന്തയിലേക്കു നയിച്ചു.

താൻ തന്നെയാണു തന്റെ ഭാര്യയിലൂടെ ജനിക്കുന്നതെന്ന ചിന്ത തനിക്കുവേണ്ടി സൃഷ്ടിക്കപ്പെട്ടതാണ് ഈ പ്രപഞ്ചം എന്ന ചിന്തയി ലേക്ക് അവനെ നയിച്ചു. അവനു ഭക്ഷിക്കാൻ കായ്കനികൾ. അവന് അവന്റെ പ്രതിരൂപങ്ങളെ സൃഷ്ടിച്ചെടുക്കാൻ ഇണകൾ. അവൻ കണ്ട സൃഷ്ടികർത്താവ് അവന്റെ രൂപത്തിലായിരുന്നു. എല്ലാ ആസ്തികമതങ്ങ ളും ദൈവത്തെ അഥവാ സൃഷ്ടികർത്താവിനെ പുരുഷരൂപത്തിലാണു കാണുന്നത്. തന്റെ പ്രജയെ അഥവാ ആൺകുട്ടിയെ ജനിപ്പിച്ചെടു ക്കുവാനുള്ള ആഗ്രഹം ബഹുഭാര്യത്വത്തിലേക്കു നയിച്ചു. ആൺകുട്ടി ജനിക്കാത്തത് ഇണയുടെ കുഴപ്പം കൊണ്ടാണെന്നായിരുന്നു പ്രാചീന മനുഷ്യന്റെ ധാരണ. അത് അടുത്ത കാലം വരെ നിലനിന്നു.

പ്രസവവും കുട്ടികളെ വളർത്തലും പോഷകാഹാരക്കുറവും രോഗ ങ്ങളുടെ ആക്രമണവും വ്യക്തമായ ചികിത്സയുടെ അഭാവവും സ്ത്രീകളെ ദുർബലകളാക്കിത്തീർത്തു. ശാരീരികമായ കരുത്തും നീണ്ടുനിൽക്കുന്ന ആരോഗ്യവും അത്യാവശ്യഘട്ടത്തിൽ ഇടപെടാനുള്ള ശേഷിയും ഭാര്യയെയും കുട്ടികളെയും സംരക്ഷിക്കുന്നതു താനാണെന്ന അവസ്ഥയും പുരുഷനെ കരുത്തനാക്കി. സാഹചര്യങ്ങളുടെ സമ്മർദ്ദത്താൽ വിധേയ ത്വത്തിനു വിധിക്കപ്പെട്ട സ്ത്രീ പുരുഷന്റെ അടിമയായി. അവന്റെ സ്വകാര്യ സ്വത്തായി.

പുരുഷനാണു സൃഷ്ടികർത്താവ് എന്ന ചിന്ത അവന്റെ ഉല്പാദനാവ യവത്തിലേക്കു നയിച്ചപ്പോൾ ലിംഗാരാധാനയുണ്ടായി. അതോടൊപ്പം സന്താനങ്ങൾക്കു രൂപം നല്കാൻ ഭഗവതിമാരുമുണ്ടായി. സമൂഹത്തിൽ പ്രജകളെ സൃഷ്ടിക്കുന്നത് പുരുഷനായതുകൊണ്ട് പുരുഷൻ ജനകനായി. ജനകൻ ദൈവമായി. 'ഭഗവതി'യുടെ പുല്ലിംഗമായാണ് ഭഗവാൻ ഉണ്ടായത്.

ആചാര്യദേവോഭവ!

പുരുഷൻ കുടുംബത്തിന്റെ നായകനാവുകയും സ്ത്രീകളും കുട്ടികളുമുൾ പ്പെടെയെല്ലാം അവന്റെ സമ്പാദ്യമാണെന്ന നിലവരികയും ചെയ്തതോ ടുകൂടി പുരുഷന്മാർ തമ്മിൽ സ്വാഭാവികമായ സംഘട്ടനങ്ങളുണ്ടായി. അടുത്തടുത്തുള്ള വാസസ്ഥാനങ്ങൾ ശത്രുക്കളെ ഒന്നിച്ചു നേരിടുന്നതിനു സഹായക മായി. അവിടെ കായികമായ കരുത്തുള്ളവൻ നേതാവായി. മറ്റുള്ളവർ അവനു വിധേയരായി. കൂട്ടത്തിൽ കരുത്തുള്ളവരുടെ കൂടെ ചിലർ സഹായികളായി കൂടി. ലോകത്തിന്റെ പല ഭാഗങ്ങളിലും

ഇത്തരത്തിലുള്ള താമസയിടങ്ങൾ രൂപം കൊണ്ടു. കാട്ടിൽ നിന്നുള്ള പല പല ശല്യങ്ങൾ ഒഴിവാക്കുന്നതിന് താമസയിടങ്ങൾക്കുചുറ്റും വൃക്ഷ ലതാദികൾ വെട്ടിമാറ്റി തെളിച്ചിട്ടു. അവയ്ക്കുള്ളിലുള്ള കൂട്ടുതാമസയിടങ്ങൾ ഗ്രാമങ്ങളായി. നേതാവിന്റെ അഭീഷ്ടങ്ങൾ ഗ്രാമത്തിന്റെ നിയമങ്ങളായി. പല ഗ്രാമങ്ങളിലും പല ആചാരങ്ങളും നിയമങ്ങളും രൂപം കൊള്ളുന്ന തിന് ഇതു കാരണമായി. നേതാവിന്റെ അഭീഷ്ടങ്ങൾക്ക് എതിരു നില്ക്കു വാൻ സാധ്യമായിരുന്നില്ല.. ഇന്നത്തെ ഭാഷയിൽ പറഞ്ഞാൽ ഒരുതരം ഗുണ്ടാസംഘം ഓരോ ഗ്രാമത്തിലുമുണ്ടായി. അവർ പുരുഷന്മാരായിരുന്നു വെന്നു പ്രത്യേകം ഓർക്കണം.ഇത്തരം സംഘത്തലവന്മാരാണ് പിന്നീട് രാജാക്കന്മാരായി മാറിയത്. അംഗങ്ങൾ സേനകളും.

അധികാരം കയ്യിൽ വന്നയാളുകൾ അഹങ്കാരികളായി മാറുക സ്വാഭാവികമാണ്. അതു അന്നും ഇന്നും എന്നും അങ്ങനെതന്നെയാണ്. സംഘനേതാവിനെ നിരീക്ഷിക്കുന്ന ചിലരുണ്ടായിരുന്നു. നേതാവിന്റെ ശരിതെറ്റുകൾ അവർ ചൂണ്ടിക്കാണിച്ചു. അവരുടെ നിരീക്ഷണങ്ങളും ഉപദേശങ്ങളും ശരിയാണെന്നു നേതാവിനു ബോധ്യമായപ്പോൾ അവരെ കൂടെക്കൂട്ടി. പിന്നീട് അവർ മന്ത്രിമാരായി മാറി.

രാജകുടുംബങ്ങളെപ്പോലെ മന്ത്രികുടുംബങ്ങളും തലമുറ കൈമാറി നിലനിന്നുപോന്നു. അക്ഷരവിദ്യ കണ്ടുപിടിച്ചതോടുകൂടി അതിന്റെ ആദ്യ ഗുണഭോക്താക്കൾ രാജകുടുംബാംഗങ്ങളും മന്ത്രികുടുംബാംഗങ്ങളുമാ യിരുന്നു. വിദ്യ പഠിച്ചയാളുകൾ സ്വന്തം കുട്ടികളെ പഠിപ്പിക്കുക സ്വാ ഭാവികമാണല്ലൊ. അതുകൊണ്ടുതന്നെ ആചാര്യന്മാരുടെ തലമുറയും പരമ്പരയായി ഉണ്ടായി.

പിന്നീടു ബ്രാഹ്മണ മേധാവിത്വം ഭാരതത്തിൽ അരങ്ങേറി. രാജകു ടുംബങ്ങളിലെ ആചാര്യപദവിയും പുരോഹിതപദവിയും അവർ സ്വായ ത്തമാക്കി. എങ്കിലും ആചാര്യ പദവി വഹിച്ചിരുന്നവർ സമൂഹത്തിൽ ജീവസന്ധാരണാർത്ഥം അതുതുടർന്നു. അതുകൊണ്ടാണ് തൈത്തിരീ യോപനിഷത്തിൽ ഇങ്ങനെ പറയുന്നത്.

“യേ കേ ചാസ്മച്ഛ്റേയാം സോ ബ്രാഹ്മണാ: തേഷാം ത്വയാസനേന പ്രശ്വസിതവ്യം. ശ്രദ്ധയാദേയം. അശ്രദ്ധയാദേയം. ശ്രിയാദേയം. ഹ്രിയാദേയം. ഭിയാദേയം. സംവിദാ ദേയം.” (തൈത്തിരീയോപനിഷ ത്ത്, ശിക്ഷാവല്ലി, അനുവാകം-11) (ഞങ്ങളേക്കാൾ ശ്രേഷ്ഠന്മാരായ ബ്രാ ഹ്മണർ വരുമ്പോൾ അവർക്ക് ആസനം മുതലായതു നൽകി അവരുടെ ക്ഷീണം തീർക്കാൻ സഹായിക്കണം. ആദരവോടുകൂടി ദാനം ചെയ്യണം. അശ്രദ്ധയോടുകൂടി ദാനം ചെയ്യരുത്. സാമ്പത്തികശേഷിയനുസരിച്ചു ചെയ്യണം. ലജ്ജയോടെവേണം ദാനം ചെയ്യാൻ. ഭയത്തോടുകൂടി

ദാനം ചെയ്യണം. സ്നേഹിതന്മാരുടെയും മറ്റും അവസ്ഥ മനസ്സിലാക്കി ദാനം ചെയ്യണം).

ഇങ്ങനെ ചിന്തിക്കുമ്പോൾ ചാതുർവർണ്യത്തിലെ ക്ഷത്രിയരാണ് ആദ്യമുണ്ടായതെന്നു പറയേണ്ടിവരുന്നു. രാജാവും മന്ത്രിയും സൈന്യമടങ്ങുന്ന അധികാരസ്ഥാനം. അവരെ ആശ്രയിച്ച് പിന്നെ ആചാര്യന്മാർ. പുറകേയെത്തിയ ബ്രാഹ്മണർ ആചാര്യരും പുരോഹിതരുമൊക്കെയായി മേധാവിത്വം നേടിയപ്പോൾ സമൂഹത്തിൽ നിലവിലുണ്ടായിരുന്ന ആചാര്യന്മാർ രണ്ടാം സ്ഥാനക്കാരായി.

മനുഷ്യസമൂഹം വർദ്ധിക്കുകയും വനത്തിൽനിന്നു ലഭിക്കുന്ന ഉപഭോഗവസ്തുക്കൾ ആവശ്യത്തിനു തികയാതെ വരികയും ചെയ്തപ്പോൾ അതു ശേഖരിക്കുവാനും സൂക്ഷിക്കുവാനും ആവശ്യാനുസരണം കൈമാറാനും ചിലർ തയ്യാറായി. അതുവരെ ചേമ്പുകൊടുത്ത് ധാന്യവും ധാന്യം കൊടുത്തു പഴവും പഴംകൊടുത്തു പാലും ഒക്കെയായിരുന്നു കൈമാറ്റം. കൈമാറിക്കിട്ടിയ വസ്തുക്കൾ തികയാതെ വന്നപ്പോൾ അവ കൃഷി ചെയ്തുണ്ടാക്കുവാൻ തുടങ്ങി. അതിന് അനുയോജ്യമായ സ്ഥലങ്ങൾ തേടിയുള്ള യാത്ര മനുഷ്യ സമൂഹത്തിന്റെ വ്യാപനത്തിനു കാരണമായി.

ഗ്രാമത്തിനുവെളിയിൽ തെളിച്ചിട്ട സ്ഥലങ്ങൾ കൃഷിയിടങ്ങളും വനപ്രദേശങ്ങൾ വിഭവശേഖരണ ത്തിനുള്ള ഇടങ്ങളുമായി. വനത്തിൽനിന്നു വിഭവങ്ങൾ ശേഖരിച്ചുകൊണ്ടുവരുന്നവർ അതുകൈമാറ്റക്കാരെ ഏല്പിച്ച് അവരിൽനിന്നും അവർക്കാവശ്യമായ മറ്റു വസ്തുക്കൾ വാങ്ങാൻ തുടങ്ങി. ഇപ്രകാരത്തിൽ ഭരണവും വിഭവങ്ങളുടെ കൈമാറ്റവും ശേഖരണവുമെല്ലാം തകൃതിയായി നടക്കുന്ന സാഹചര്യത്തിലാണ് മേധാവിത്വമോഹവുമായി ബ്രാഹ്മണർ കടന്നുവന്നത്. അവർ സ്വാർത്ഥം നേടുന്നതിനുവേണ്ടി സമൂഹത്തിൽ വരുത്തിയ ക്രമീകരണമാണ് ചാതുർവർണ്യം. അവരുടെ വാക്ചാതുര്യവും നിഗ്രഹാനുഗ്രഹശക്തി തങ്ങൾക്കുണ്ടെന്ന അവകാശവാദവും അവർ അംഗീകരിക്കപ്പെടുന്നതിനു കാരണമായി. അവർ പടച്ചുണ്ടാക്കിയ സ്മൃതികൾ രാജകുടുംബങ്ങളിലും കൃഷിയും വ്യാപാരവും നടത്തുന്ന സമ്പന്നകുടുംബങ്ങളിലും പഠനവിഷയമായി. സ്വാഭാവികമായിത്തന്നെ ബ്രഹ്മാവിന്റെ മുഖത്തിനിന്ന് ഉണ്ടായവരാണു തങ്ങളെന്നും പ്രപഞ്ചത്തിലെ ആദ്യ സൃഷ്ടി തങ്ങളാണെന്നുമുള്ള അവരുടെ അവകാശവാദം സ്ഥാപിച്ചെടുത്തു. വേദങ്ങൾ പഠിക്കുവാനോ പഠിപ്പിക്കുവാനോ അബ്രാഹ്മണരായ ആചാര്യന്മാർക്ക് അവകാശമില്ലായിരുന്നു. എന്നാൽ ചില വ്രാത്യന്മാർ അതിനു തയ്യാറായി. അതിന്റെ ഫലമായി അക്ഷരജ്ഞാനത്തിനുപുറമെ വേദോപനിഷത്താദികളും താണജാതിക്കാരിൽ എത്തിച്ചേർന്നു. അങ്ങനെ അവർക്കിടയിലുമുണ്ടായി ആചാര്യന്മാർ.

അവരേക്കാൾ ശ്രേഷ്ഠത്വം ബ്രാഹ്മണർക്കു നല്കുകയാണ് തൈത്തിരീയം ചെയ്യുന്നത്.

അതിഥിദേവോഭവ!

അതിഥിദൈവതുല്യം മാനിക്കപ്പെടേണ്ടതാണ്. ആരാണ് അതിഥി. വിരുന്നുവരുന്നയാളെയാണ് അതിഥിയെന്നു പറയുന്നത്. ഭാരതീയരുടെ സങ്കല്പമനുസരിച്ച് തിഥി കണക്കിലെടുക്കാതെ വരുന്നവനാണ് അതിഥി. എന്നുവച്ചാൽ മുൻകൂട്ടി നിശ്ചയിച്ചറിയിച്ചിട്ട് വരുന്നവനല്ലെന്നർത്ഥം. അയാൾഒരുതിഥി അഥവാ ഒരു ദിവസത്തിലധികം താമസിക്കുകയില്ല. അയാൾ വീണ്ടും പതിനഞ്ചു ദിവസത്തിനുള്ളിൽ അഥവാ ഒരു തിഥി ചക്രത്തിനുള്ളിൽ വീണ്ടും വരികയില്ല. മിക്കവാറും വിശന്നുവലഞ്ഞായിരിക്കും അയാൾ എത്തുക. അയാൾക്ക് ഭക്ഷണം നൽകണം. അയാളുടെ വിശപ്പകറ്റണം. ഇത്തരത്തിൽ അയാളെ സല്കരിക്കുന്നയാളെ ആതിഥേയൻ എന്നാണു പറയുക.

ഗൃഹസ്ഥന്റെയോ ഗൃഹസ്ഥയുടെയോ ബന്ധുക്കൾ അപ്രതീക്ഷിതമായിട്ടുപോലും വീടുകളിൽ എത്താറുണ്ടല്ലോ. എന്നാൽ അവരെ 'അതിഥി'യായി കണക്കാക്കാറില്ലെന്നാണ് പറയപ്പെടുന്നത്. അതിഥി സൽക്കാരം പുണ്യ കർമ്മമായാണ് കരുതപ്പെടുന്നത്. കുടുംബത്തിൽ വിവാഹം പോലുള്ള വിശേഷങ്ങളുമായി ബന്ധപ്പെട്ട് സുഹൃത്തുക്കളെയും ബന്ധുക്കളെയുമെല്ലാം ക്ഷണിച്ചു വരുത്തി സല്ക്കാരം നടത്താറുണ്ടല്ലോ.

ക്ഷണിക്കപ്പെട്ട 'അതിഥികൾ'ക്കുവേണ്ടി ആർഭാടമായ സല്ക്കാരമൊരുക്കുകയെന്നത് ഇന്നത്തെ ജീവിതസംസ്കാരത്തിന്റെ ഒരു ഭാഗമായിമാറിയിരിക്കുകയാണ്. അത്തരത്തിൽ സല്ക്കാരം നടക്കുന്നിടത്ത് വിശന്നുവലഞ്ഞ് ഒരാൾ കടന്നുവന്നാൽ അയാൾക്ക് വിശിഷ്ടാതിഥികൾക്കൊപ്പമിരുത്തി ഭക്ഷണം വിളമ്പാൻ ഗൃഹനാഥൻ തയ്യാറായെന്നു വരികയില്ല. അഥവാ തയ്യാറായാൽ അതിനെ അതിഥി സൽക്കാരമെന്നു കണക്കാക്കി ഉൾക്കൊള്ളാൻ ക്ഷണിക്കപ്പെട്ടവരും സന്നദ്ധരാവുകയില്ല. എന്നുമാത്രമല്ല തെറ്റിദ്ധാരണകൾക്കും അത് ഇടയാക്കിയെന്നുവരാം.

നൂറുകണക്കിനാളുകളെ ക്ഷണിച്ചുവരുത്തി ആസനം, പാദ്യം, അർഘ്യം, ഖാദ്യം മുതലായവയെല്ലാം നൽകി ആദരിച്ചതുകൊണ്ട് ആതിഥേയന് അതിഥിസൽക്കാരത്തിന്റെ ഫലം ലഭിക്കുകയില്ല. ഔപചാരികതയൊന്നുമില്ലെങ്കിലും അവൻ വിശന്നു വലഞ്ഞു തന്റെ സമീപത്തു വന്നില്ലെങ്കിലും അവന്റെ വിശപ്പറിഞ്ഞ് അവനു ഭക്ഷണം നല്കി വിശപ്പകറ്റിയാൽ അതും മഹത്തായ അതിഥി സല്ക്കാരമാണെന്നു മനസ്സിലാക്കണം.

വിവാഹവുമായി ബന്ധപ്പെട്ടോ വേണ്ടപ്പെട്ടവരുടെ മരണവുമായി ബന്ധപ്പെട്ടോ ആളുകളെ ക്ഷണിച്ചുവരുത്തി അവരെ സൽക്കരിച്ച് തൃപ്തിപ്പെടുത്തി അയയ്ക്കുമ്പോൾ, ക്ഷണിക്കപ്പെട്ടുവരുന്നവർ അതിഥികളെല്ലെന്നു മനസ്സിലാക്കണം. അവൻ നേരേവന്ന് മാന്യമായ രീതിയിൽ സൽക്കാരം സ്വീകരിക്കുന്നവർ (അഭി+ആഗതൻ) എന്ന അർത്ഥത്തിൽ അഭ്യാഗതൻ എന്നാണ് ഭാരതസംസ്കൃതിയിൽ അറിയപ്പെടുന്നത്.

തൈത്തിരിയോപനിഷത്ത് ആയിരക്കണക്കിനു വർഷങ്ങൾക്കുമുമ്പ് എഴുതപ്പെട്ടതാണല്ലോ. അന്നത്തെ സാമൂഹ്യപരിതസ്ഥിതിയല്ലല്ലോ ഇന്നുള്ളത്. സ്വയം വിശപ്പുസഹിച്ചിട്ടാണെങ്കിലും അതിഥിയായെത്തുന്ന യാളെ തൃപ്തിപ്പെടുത്തി അയയ്ക്കുന്നത് പുണ്യ കർമമായി അന്നു കണക്കാക്കപ്പെട്ടിരുന്നു.അന്നു വിശപ്പായിരുന്നു പ്രശ്നം. ഭക്ഷണമായിരുന്നു പരിഹാരം. കാലം മുന്നോട്ടുപോയപ്പോൾ പ്രാഥമികാവശ്യങ്ങൾ വർദ്ധിച്ചു. ആഹാരം, വസ്ത്രം, വീട് എന്നിവ ഒഴിച്ചുകൂടാനാവാതെയായി. ഇപ്പോഴത്തെ അവസ്ഥയെന്താണ്!

വിശക്കുന്നവന്റെ മുമ്പിൽ ആഹാരത്തിന്റെ രൂപത്തിൽ പ്രത്യക്ഷപ്പെട്ട ദൈവം ഇപ്പോൾ പ്രത്യക്ഷപ്പെടുന്നത് ആഹാരത്തിന്റെയും വസ്ത്രത്തിന്റെയും പാർപ്പിടത്തിന്റെയും വിദ്യാഭ്യാസത്തിന്റെയും ആരോഗ്യത്തിന്റെയും ഒക്കെ രൂപത്തിലാണ്. അവ സ്വീകരിക്കുന്നതിനുവേണ്ടി സമീപിക്കുന്നവനാണ് ഇന്നത്തെ അതിഥി. അവനെ സൽക്കരിക്കാൻ കഴിയുന്നവനാണ് ഇന്നത്തെ ആതിഥേയൻ. അജ്ഞാതനായ ഒരാളുടെ ഒരു നേരത്തെ വിശപ്പടക്കാൻ വേണ്ടി ഒരു പൊതി ഭക്ഷണം തയ്യാറാക്കുമ്പോൾ, അജ്ഞാതരായവരുടെ വസ്ത്രത്തിനോ പാർപ്പിടത്തിനോ വിദ്യാഭ്യാസത്തിനോ ചികിത്സയ്ക്കോ വേണ്ടി ഒരു ദിവസത്തെ വേതനം നീക്കിവയ്ക്കുമ്പോൾ നാം നടത്തുന്നത് ഈ കാലഘട്ടത്തിലെ ഒരു അതിഥിപൂജയാണ്. അതിഥിദേവോഭവ.

മകളുടെ വിവാഹത്തിന്റെ പേരിലായാലും മറ്റെന്തിന്റെതന്നെപേരിലായാലും ആർഭാടം നടത്തി പണം ധൂർത്തടിക്കുമ്പോൾ ഓർക്കണം അർഹതപ്പെട്ട പാത്രത്തിൽ നിക്ഷേപിക്കപ്പെടുമ്പോഴേ അത് സാർത്ഥകമാവുകയുള്ളൂ. ഉള്ളവൻ ഇല്ലാത്തവനു കൊടുക്കുമ്പോൾ അവിടെ അതിഥിപൂജ നടക്കുന്നു, അതിഥി അജ്ഞാതനാകുമ്പോൾ വിശേഷിച്ചും.

ശൂദ്രമക്ഷരസംയുക്തം

'സ്നാതമശ്വം ഗജംമത്തം
വൃഷഭം കാമമോഹിതം
ശൂദ്രമക്ഷരസംയുക്തം
ദൂരതഃ പരിവർജയേത്.'

ഇതിന്റെ അർത്ഥം ഇപ്രകാരമാണ്. കുളികഴിഞ്ഞുഷാറായിവരുന്ന കുതിര, മദംപൊട്ടി ചിന്നം വിളിച്ചുവരുന്ന ആന, കാമമോഹിതനായി പശുവിന്റെ പിന്നാലെ മണംപിടിച്ചുപോകുന്ന കാള, അക്ഷരജ്ഞാനമുള്ള ശൂദ്രൻ എന്നിവരുടെ അടുത്തേക്കു പോകരുത്. ആപത്തുണ്ടാകും. അതുകൊണ്ട് ഇവയോടെല്ലാം അകലം പാലിക്കണം.

നീതിസാരത്തിലൂടെയാണീ ശ്ലോകം കേരളത്തിൽ പ്രചാരത്തിൽ വന്നത്. മനുസ്മൃതിയിൽ ഉള്ളതാണെന്ന രീതിയിലാണതു പ്രചരിച്ചത്. മനുസ്മൃതിയിലെന്നല്ല ഒരു സ്മൃതിയിലും ഇത്തരം ഒരു ശ്ലോകം ഉണ്ടാവാനിടയില്ലെന്നു സാമാന്യമായി ചിന്തിച്ചാൽ ആർക്കും ബോധ്യമാകും.

ശൂദ്രന് അക്ഷരജ്ഞാനം പാടില്ലെന്ന് ഒരു സ്മൃതിയും വിധിച്ചിട്ടില്ല. മനുസ്മൃതിയിൽ പറയുന്നത് ഇപ്രകാരമാണ്.

'നശൂദ്രേ പാതകം കിഞ്ചി-
ന്ന ച സംസ്കാരമർഹതി
നാസ്യാധികാരോ ധർമേസ്തി
ന ധർമാത് പ്രതിഷേധനം' (മനു - 10:126)

(ശൂദ്രന് യാതൊരുപാതകവുമില്ല. പതിനാറു സംസ്കാരമുണ്ടല്ലോ അതിന് അവനധികാരമില്ല. അഗ്നിഹോത്രം തുടങ്ങിയ ധർമത്തിനും

അവനധികാരമില്ല. അവൻ ധർമം അനുഷ്ഠിച്ചു കൂടായെന്നുമില്ല.) തുടർന്നു മനു പറയുന്നതിങ്ങനെ.

'ധർമേപ്സവസ്തു ധർജ്ഞാ:
സതാം വൃത്തമനുഷ്ഠിതാ:
മന്ത്രവർജം ന ദുഷ്യന്തി
പ്രശംസാംപ്രാപ്നുവന്തിച.' (മനു- 10:127)

(ധർമപ്രാപണമാഗ്രഹിക്കുന്നവരും ധർമ്മമറിയാവുന്നവരുമായ ശൂദ്രർ മന്ത്രം ചൊല്ലാതെ ത്രൈവർണികരുടെ ആചാരങ്ങൾ അനുഷ്ഠിക്കുന്നതുകൊണ്ട് ദോഷമുണ്ടാകുന്നില്ല. അവർ പ്രശംസാർഹരായിത്തീരുകയും ചെയ്യുന്നു.) ശൂദ്രൻ മന്ത്രം ചൊല്ലാൻ പാടില്ല. കേൾക്കുവാൻ പോലും പാടില്ല. അതുകൊണ്ടു ശൂദ്രന്റെ സാമീപ്യത്തിൽ വേദാധ്യയനം നടത്തുന്നതിനെ മനുസ്മൃതി വിലക്കുന്നുണ്ട്. വല്ലവിധവും വിദ്യനേടി ബ്രാഹ്മണനെ ഉപദേശിക്കാൻ ഒരു ശൂദ്രൻ മുതിർന്നാൽ എന്തു ചെയ്യണമെന്നും മനുസ്മൃതി പറയുന്നുണ്ട്.

'ധർമോപദേശം ദർപേണ
വിപ്രാണാമസ്യ കുർവത:
തപ്തമാസേചയേത് തൈലം
വക്ത്രേ ശ്രോത്രേച പാർത്ഥിവഃ' (മനു- 8: 272)

(അഹങ്കാരത്തോടുകൂടി ബ്രാഹ്മണർക്കു ധർമോപദേശം ചെയ്യുന്ന ശൂദ്രന്റെ വായിലും ചെവിക്കകത്തും രാജാവു തിളപ്പിച്ച എണ്ണ ഒഴിപ്പിക്കേണ്ടതാണ്.). ശാങ്കരസ്മൃതിനോക്കുക.

'നവദേത് സംസ്കൃതാം വാണീം
നാശ്രുയേല്ലിപിമൂകതാം
നൈവശാസ്ത്രം പഠേന്നൈവ
ശൃണുയാദ്വൈദികാക്ഷരം
നസ്നായാദുദയാത്പൂർവം
തപോമന്ത്രഞ്ച വർജയേത് (ശാങ്കരസ്മൃതി - 11:2:8)

(സംസ്കൃതവാക്കു സംസാരിക്കരുത്. അക്ഷരജ്ഞാനം ഇല്ലാതിരിക്കരുത്. ശാസ്ത്രം പഠിക്കരുത്. വേദം കേൾക്കരുത്. ഉദയത്തിനു മുമ്പേ കുളിക്കരുത്. തപസ്സുചെയ്യരുത്. മന്ത്രം ജപിക്കരുത്.) എന്നാൽ പ്രണവം ഒഴിവാക്കി ശൈവപഞ്ചാക്ഷരം ജപിക്കാമെന്ന് എടുത്തുപറഞ്ഞിട്ടുണ്ട്. 'നമശ്ശിവായ'യെന്നു ശൂദ്രനു ജപിക്കാമെന്നർത്ഥം.

ഇവിടെയാണു മേലുദ്ധരിച്ച ശ്ലോകത്തിന്റെ അർത്ഥം വ്യക്തമാകുന്നത്. കുളികഴിഞ്ഞ് കൂടുതൽ ഉന്മേഷവാനായി കുതിച്ചെത്തുന്ന കുതിരയെ തടഞ്ഞു നിർത്താൻ ശ്രമിക്കുന്നവനെ തട്ടിത്തെറിപ്പിച്ച് യാതൊന്നും

സംഭവിച്ചിട്ടില്ലെന്ന മട്ടിൽ അതു കടന്നുപോകും. മദം പൊട്ടി ഭ്രാന്തിളകി എല്ലാം നശിപ്പിച്ചെത്തുന്ന ആനയെ തടഞ്ഞു നിർത്താൻ ശ്രമിച്ചാൽ അതിനു ശ്രമിക്കുന്നവനെ തുമ്പിക്കൈകൊണ്ടു പിടിച്ചു നിലത്തടിക്കാം. ഒരു കാലിൽ മുൻകാലുകൊണ്ടു ചവിട്ടിപ്പിടിച്ച് മറ്റേക്കാലിൽ തുമ്പിക്കൈ കൊണ്ടു പിടിച്ച് ആളെ വലിച്ചുകീറി ദൂരെയെറിയാം. കാളയുടെ കാര്യത്തി ലാണെങ്കിൽ തടയാൻ വരുന്നവനെ കുത്തി കൊമ്പിൽ കോർക്കാം. മേൽപ്പറഞ്ഞ മൂന്നുദാഹരണങ്ങളിലും തടയാനെത്തുന്നയാൾക്കു മരണമാണു സംഭവിക്കാൻ സാധ്യത. അതുപോലയാണു അക്ഷരം പഠിച്ചശൂദ്രനെ തടയാനോ വിലക്കാനോ എത്തുവന്റെ കാര്യവും.

പലരും കരുതുന്നതുപോലെ അക്ഷരം പഠിച്ച ശൂദ്രനെ അവഗണ നയോടെയല്ല ഭയത്തോടെയാണു കാണുന്നതെന്നാണ് മനസ്സിലാ ക്കേണ്ടത്. അക്ഷരസംയുക്തനായ ശൂദ്രനെന്നാൽ വേദജ്ഞനായ ശൂദ്രനെന്നു തന്നെയാണിവിടെ അർത്ഥം. അവനുമായി വേദജ്ഞരെന്ന ഭിമാനിക്കുന്നവർ തർക്കത്തിലേർപ്പെട്ടാൽ മേൽ സൂചിപ്പിച്ച മൃഗങ്ങളെ നിയന്ത്രിക്കാൻ പോയാലുള്ള ഈ അവസ്ഥ സംഭവിക്കും. അതുകൊണ്ട് അവനെ സൂക്ഷിക്കുക എന്ന മുന്നറിയിപ്പാണ് ഈ ശ്ലോകത്തിലുള്ളത്.

വേദമെന്നാൽ അറിവെന്നാണർത്ഥം. അറിവാകട്ടെ ആരും ഉണ്ടാ ക്കിയെടുത്തതോ കണ്ടുപിടിച്ചതോ അല്ല. അത് എന്നും ഉണ്ട്. ധ്യാനനിമ ഗ്നരായ മഹർഷിമാരുടെ ചിന്തയിൽ അതു തെളിഞ്ഞു വന്നു. അവർ അതു ശിഷ്യന്മാർക്കു പറഞ്ഞുകൊടുത്തു.. അതുകൊണ്ടുതന്നെ അത് ചോദ്യം ചെയ്യപ്പെടാൻ പാടില്ല. ഇതു പറയുന്നത് വേദജ്ഞരായ പണ്ഡിതരാണ്; ബ്രാഹ്മണരാണ്. അതിലെ യാഥാർത്ഥ്യം അറിയാവുന്നതും അവർക്കു മാത്രമാണ്. നാസ്തികർ വേദത്തെ നിന്ദിച്ച് എത്രതന്നെ പറഞ്ഞാലും അന്ധമായി വിശ്വസിക്കുന്ന സാധാരണ ജനങ്ങൾ അതിനെ വിശ്വാ സത്തിലെടുക്കുകയില്ല. എന്നാൽ വേദാധികാരമില്ലാത്തയാളുകളും വേദാധികാരികളും തമ്മിൽ ചർച്ചയോ സംവാദമോ ഉണ്ടാവുകയും വേദജ്ഞർ അതിൽ പരാജയപ്പെടുകയും ചെയ്താൽ അതിന്റെ ഫലം സാമൂഹ്യ വ്യവസ്ഥയുടെ തകർച്ചയായിരിക്കും. ചാതുർവർണ്യവ്യവസ്ഥ യുടെ തകർച്ചയായിരിക്കും. ബ്രാഹ്മണ മേധാവിത്വത്തിന്റെ നാശമായിരി ക്കും. ഇതു മനസ്സിലാക്കിയ വേദജ്ഞനായ ഏതോ പണ്ഡിതൻ അന്നേ കുറിച്ചിട്ട ഒരു മുന്നറിയിപ്പാണ് പ്രസ്തുത ശ്ലോകം.

സാകേതത്തിലെ അന്തശ്ചരിദ്രം

അയോധ്യയിലെ രാജാവായ ദശരഥനു മൂന്നു പത്നിമാരുണ്ടായിരുന്നു. അവരിൽ പട്ടമഹിഷിയായിരുന്നു കൗസല്യ. മറ്റൊരു ദുഃഖപുത്രി. അശ്വമേധത്തിൽ വിധിപ്രകാരം യജ്ഞാശ്വത്തോടൊപ്പം ശയിക്കേണ്ടിവന്നവൾ. രാമന്റെ മാതാവ്. നൊന്തു പെറ്റ ശാന്തയെലോമപാദനു നൽകാൻ വിധിക്കപ്പെട്ടതിനുശേഷം ബീജമൊന്നും പൊട്ടിമുളക്കായ്കയാൽ പട്ടമഹിഷിയെങ്കിലും ഏറെ അപമാനം പേറേണ്ടിവന്നവൾ.

വയോവൃദ്ധനാണ് വാല്മീകി രാമായണത്തിലെ ദശരഥ മഹാരാജാവ്. അദ്ദേഹത്തിന്റെ ഒരു ദൗർബല്യമാണ് കൈകേയി. താരുണ്യവതിയായ പത്നി. മറ്റൊരു പത്നി സുമിത്രയാണ്. അപൂർവമായി മാത്രമേ അവർ രംഗത്തുവരുന്നുള്ളൂ. ഈ മൂന്നു പത്നിമാരും കൊട്ടാരത്തിൽ സന്തുഷ്ടരും സംതൃപ്തരമായാണു കഴിഞ്ഞിരുന്നതെന്നു ചിന്തിക്കാൻ യാതൊരു സൂചനയും വാല്മീകി നൽകുന്നില്ല.

രാമനു പതിനേഴു വയസ്സായി. ചൈത്രമാസത്തിലെ പുണർതം നക്ഷത്രദിനം. മഹാരാജാവിനു സ്വാസ്ഥ്യം നഷ്ടപ്പെട്ടു. രാമനെ യുവരാജാവായി അഭിഷേകം ചെയ്തിട്ടില്ല. താനാകട്ടെ അപശകുനങ്ങൾ കാണുന്നു. തന്റെ ജാതകമനുസരിച്ച് ആദിത്യൻ, ചൊവ്വ, രാഹു ഇവരുടെ ബാധയുണ്ടെന്നു ദൈവജ്ഞർ പറഞ്ഞിരിക്കുന്നു. രാമൻ സിംഹാസനത്തിലിരിക്കുന്നതു കണ്ടിട്ട് ഇഹലോകത്തുനിന്നുയാത്രയാകാൻ കഴിയുമോ? ജരബാധിച്ചു തുടങ്ങിയിരിക്കുന്നു. പിറ്റേ ദിവസം പൂയം നക്ഷത്രമാണ്.

ചന്ദ്രൻ പൂയത്തിൽ വർത്തിക്കുന്ന ദിവസം. അന്ന്, മന്ത്രിമാരുമായി ആലോചിച്ച്, രാമനെ യുവരാജാവായി അഭിഷേകം ചെയ്യാൻ നിശ്ച യിച്ചു. ഉടനെ അതിനുള്ള ഏർപ്പാടുണ്ടാക്കി. രാജാക്കന്മാരെ വിളിച്ചുവ രുത്തി. രണ്ടുപേരെ ബോധപൂർവം ഒഴിവാക്കി. കേകയരാജാവിനെയും ജനകമഹാരാജാവിനെയും

ഭരതനും ശത്രുഘ്നനും കേകയരാജ്യത്താണ്. അവർ അയോധ്യ യിൽ ഇല്ലാത്ത സമയം തന്നെയാണ് രാമന്റെ അഭിഷേകത്തിനു പറ്റിയ സമയമെന്നാണ് മഹാരാജാവിന്റെ പക്ഷം. ഭരൻ സദ്വൃത്തനാണ്.

'കിംനു ചിത്തം മനുഷ്യാണാ-
മനിത്യമിതി മേമതം
സതാം ച ധർമനിത്യാനാം
കൃതശോഭി ച രാഘവ' (വാര.അയോധ്യ - 4:27)

(എന്നാലും മനുഷ്യമനസ്സ് അനിത്യമാണല്ലോ. ധർമസ്ഥിരതയു ള്ള സത്തുക്കൾ കർമം കൊണ്ടാണ് ശോഭിക്കുന്നത്). അന്നുരാതി വിശ്വസ്തരായവരുടെ കാവൽ ഉണ്ടായിരിക്കണമെന്ന് ഓർമിപ്പിക്കു വാനും മഹാരാജാവു മറക്കുന്നില്ല. കാരണം പലതരം വിഘ്നങ്ങളും സംഭവിക്കാം. രണ്ടു പ്രാവശ്യമാണ് രാമനെ ആളയച്ചു കൊട്ടാരത്തി ലേക്കു വിളിപ്പിച്ചത്. അതു സുമന്ത്രനിൽ മാത്രമല്ല രാമനിൽപോലും ആശങ്കയുണ്ടാക്കുന്നുണ്ട്.

നിയുക്ത യുവരാജാവായ രാമൻ തന്റെ പെറ്റമ്മയായ കൗസല്യ യുടെ ആശീർവാദത്തിനായി അവരുടെ കൊട്ടാരത്തിലെത്തുന്നുണ്ട്. അപ്പോഴേക്കും ലക്ഷ്മണനും സുമിത്രയും സീതയും അവിടെ എത്തുന്നു ണ്ട്. പെറ്റമ്മയുടെ അനുഗ്രഹം വാങ്ങിയശേഷം രാമൻ ഭക്തിയോടെ കൈകൂപ്പി തന്നെ വണങ്ങി നില്ക്കുന്ന ലക്ഷ്മണനോട് പറയുന്നത് വാല്മീകി വർണ്ണിക്കുന്നുണ്ട്.

'ലക്ഷ്മണേ മാം മയാസാർധം
പ്രശാധി ത്വം വസുന്ധരാം
ദ്വിതീയം മേന്തരാത്മാനം
ത്വാമിയം ശ്രീരുപസ്ഥിതാ (അയോധ്യാ - 4:43)

(എന്റെ മറ്റൊരു അന്തരാത്മാവാണു ലക്ഷ്മണൻ. ഈ രാജ്യലക്ഷ്മി നിനക്കും അധീനമാണ്. എന്നോടുകൂടി അതിനെ പരിപാലിക്കാം.) അത്രയുംകൊണ്ടു നിർത്തുന്നില്ല.

'സൗമിത്രേഭുങ്ക്ഷ്വഭോഗാംസ്ത്വ
മിഷ്ടാൻ രാജ്യഫലാനി ച

ജീവിതം ചാപി രാജ്യം ച
ത്വദർത്ഥ മഭികാമയേ' (അയോധ്യാ - 4:44)

(ലക്ഷ്മണാ, ഈ രാജ്യവും രാജ്യഫലങ്ങളും നീ ഇഷ്ടംപോലെ ആസ്വദിച്ചാലും. എന്റെ ജീവിതവും രാജ്യം തന്നെയും നിനക്കുള്ളതായാണ ഞാൻ കാണുന്നത്.) ദാശരഥിയായ രാമൻ പായസാർദ്ധ ബന്ധമുള്ള ഭരതനെയും ശത്രുഘ്നനെയും ഇവിടെ വച്ച് സ്മരിക്കുന്നില്ലെന്നുമോർക്കണം. ശത്രുഘ്നന്റെ മാതാവായ സുമിത്രയുടെ കൂടി സാന്നിധ്യത്തിലാണിങ്ങനെ പറയുന്നതെന്നും മറന്നുകൂട.

രാമനു പതിനേഴ വയസ്സായതിന്റെ പിറ്റേ ദിവസം യുവരാജാവായി അഭിഷിക്തനാകാൻ പോകുന്നവിവരം കൗസല്യയും സുമിത്രയും അറിഞ്ഞെങ്കിലും ദശരഥന്റെ പ്രാണപ്രേയസിയായ കൈകേയി അറിഞ്ഞില്ല. അവരെ അറിയിക്കാൻ കൊട്ടാരത്തിലെ ആരും താത്പര്യം കാണിച്ചില്ല. യദൃച്ഛയാ കൊട്ടാരത്തിന്റെ മട്ടുപ്പാവിലെത്തിയ മന്ഥരയുടെ ശ്രദ്ധയിൽ ആഘോഷഘോഷങ്ങൾ പെട്ടുകയാണുണ്ടായത്. ഇവിടെ വാല്മീകി മന്ഥരയെ വിശേഷിപ്പിക്കുന്നത് 'ജ്ഞാതിദാസീ യതോ ജാതാ' യെന്നാണ്. കൈകേയിയുടെ ബന്ധുവായ, ദാസിയും എവിടെയോ ജനിച്ചവളുമായ മന്ഥര!

മന്ഥര രാമന്റെ പോറ്റമ്മയോട് കാര്യങ്ങൾ തിരക്കി. അവരുടെ ചോദ്യത്തിലും കൗസല്യയോടുള്ള അവജ്ഞ പ്രസ്പഷ്ടമാണ്. 'അർത്ഥപര'യായ കൗസല്യ സസന്തോഷം പണമിങ്ങനെ ദാനം ചെയ്യുന്നതെന്തു കൊണ്ടാണ്? എന്നാണവർ ചോദിച്ചത്. പിറ്റേദിവസം ചൈത്രമാസത്തിലെ പൂയം നക്ഷത്രത്തിൽ നടക്കാൻ പോകുന്ന യുവരാജപട്ടാഭിഷേകം മൂന്നു യോജനവീതിയും പന്ത്രണ്ടു യോജനനീളവുമുള്ള അയോധ്യാ നഗരിയാകെ അറിഞ്ഞിട്ടും കൈകേയിയും അവളുടെ 'ജ്ഞാതിദാസി'യായ മന്ഥരയും മാത്രം അറിഞ്ഞില്ലെന്നു വരുന്നതിൽ ഒരു പന്തികേട് ആർക്കാണ് തോന്നാതിരിക്കുക. മന്ഥരയ്ക്കതിലെ അപകടം മണത്തിട്ടുണ്ടെങ്കിൽ അവരെ കുറ്റപ്പെടുത്താനാവുമോ? സ്വാമിനീ ഭക്തയായ ദാസിയാണു മന്ഥരയെന്നുമോർക്കണം.

സപത്നിമാരിലെ മൂന്നുമക്കൾ ഉൾപ്പെടെ നാലു ദാശരഥിമാരെ സ്വന്തം മക്കളായി കണ്ടുമാത്രം ജീവിച്ചുവന്നവളാണു കൈകേയി. സ്വന്തം മകനോടു സ്വാഭാവികമായും തോന്നാവുന്ന അമിതമായൊരു വാത്സല്യം നാളിതുവരെ കൈകേയിയെ തീണ്ടിയിട്ടുപോലുമില്ല. രാമനോടാകട്ടെ അമിതമായ വാത്സല്യം ഉണ്ടായിരുന്നതായി വാല്മീകിയുടെ വർണന തന്നെ സാക്ഷ്യപ്പെടുത്തുന്നു.

ദശരഥന്റെ ദുഃഖം മുഴുവൻ രാമനെ പ്രതിയായിരുന്നു. രാമന്റെ ജന്മ നക്ഷത്രദിനത്തിൽ സിംഹാസനത്തിലിരുത്തി കൺനിറയെ കണ്ട് നിർവൃതികൊള്ളുന്നുണ്ട് മഹാരാജാവ്. അത് മനസ്സിൽ നിറഞ്ഞുനിന്ന ആശങ്കയുടെ പുറത്തായിരുന്നുവെന്നാണു മനസ്സിലാകുന്നത്. അനന്തര സംഭവവികാ സങ്ങൾ വച്ചു പരിശോധിക്കുമ്പോൾ അത് ശരിയായിരു ന്നുവെന്നു തെളിയുകയും ചെയ്യുന്നു.

രാമനു പതിനേഴ വയസ്സു പൂർത്തിയായതിന്റെ പിറ്റേന്നു യുവരാ ജാഭിഷേകം. ദശരഥന്റെ അപ്രതീക്ഷിതമായ ആ നിശ്ചയം ഏറ്റവും കൂടുതൽ സന്തോഷിപ്പിച്ചതു പട്ടമഹിഷിയായ കൗസല്യയെയാണ്. അവർ അതിൽ മതിമറന്നു. അതുകൊണ്ടുതന്നെ അതുമുടങ്ങിയെന്നറി ഞ്ഞപ്പോൾ വെട്ടിയിട്ടവൃക്ഷ ശാഖപോലെ അവർ നിലംപതിച്ചു. താങ്ങാ നാവാത്ത ഭാരം വലിച്ചു തളർന്നു വീണ പെൺകുതിരയെയെന്ന പോലെ, മൂർച്ഛിച്ചുവീണുപോയ തന്റെ മാതാവിനെതാങ്ങിയെഴുന്നേല്പിച്ചു സമാശ്വസിപ്പിച്ചു രാമൻ.ബോധം തിരിച്ചുകിട്ടിയപ്പോൾ അവർ ഭഗ്നാശ യായി വിലപിക്കുകയാണ്, രാമൻ യുവരാജാവായിരുന്നാലുള്ള സന്തോ ഷത്തേക്കാൾ രാജമാതാവാകുന്നതിലുള്ള സംതൃപ്തിയായിരുന്നു അവരെ നയിച്ചിരുന്നത്. അപ്രതീക്ഷിതമായിത്തന്നെ അതു നഷ്ടമായിരിക്കുന്നു, മേലിലും മറ്റു പത്നിമാരുടെ കുത്തുവാക്കുകൾകേട്ടു കൊട്ടാരത്തിൽ ആയു സ്സുപോക്കേണ്ടിവരും. രാമനു പതിനേഴവയസ്സ് പൂർത്തിയാവുമ്പോൾ രാമൻ യുവരാജവാകുമെന്ന പ്രതീക്ഷയിലായിരുന്നു അവരുടെ ജീവിതം. അതോടെ അവരുടെ ദുഃഖങ്ങൾക്കറുതി വരുമെന്നവർ ചിന്തിച്ചു. സ്ത്രീ വിഷയത്തിൽ രാജാവ് തത്പരനായിരുന്നെങ്കിലും ആവിധത്തിലുള്ള സുഖം അനുഭവിക്കുവാൻ കൗസല്യയ്ക്കു സൗഭാഗ്യമുണ്ടായിട്ടില്ല. പിന്നെ യുള്ളതു മകനിൽനിന്നുള്ള സ്നേഹ വാത്സല്യങ്ങളാണ്. അതും ഇല്ലാ താവുകയാണ്. ഭരതൻ രാജാവായാൽ കൈകേയി രാജമാതാവാകും. ശത്രുഘ്നന്റെ മാതാവെന്നനിലയിൽ സുമിത്രയും പരിഗണിക്കപ്പെടും. അവരുടെ മുമ്പിൽ താനും തന്റെയാളുകളും അവഗണിക്കപ്പെടും. അവർ വിധിയെ പഴിച്ചു. പശു തന്റെ കുഞ്ഞിനെ അനുഗമിക്കുന്നതു പോലെ രാമനോടൊപ്പം വനവാസം ചെയ്യാൻ അവർ തയ്യാറായി. രാജാവു കൈകേയിയാൽ വഞ്ചിനായിരിക്കയാൽ രാജാവിന്റെ ജീവൻ നില നിർത്താൻ തന്റെ മാതാവു കൊട്ടാരത്തിൽ ഉണ്ടായിരിക്കണമെന്നു രാമൻ അവരെ ധരിപ്പിച്ചു. ഭാര്യാധർമ്മത്തെക്കുറിച്ച് ഉദ്ബോധിപ്പിച്ചു. ഒരുവിധത്തിൽ സമ്മതിപ്പിച്ചു.

കൈകേയിയുടെ ദാസിയാണു മന്ഥര. ദശരഥന്റെ പ്രഥമപ ത്നിയാണ് കൗസല്യ. ആ നിലയിൽ പട്ടമഹിഷിയാണല്ലോ.

നിശ്ചയിക്കപ്പെട്ട രാമാഭിഷേകം മുടക്കുന്നതിനുവേണ്ടി യുക്തികൾ പറയുന്ന കൂട്ടത്തിൽ സൗഭാഗ്യദർപ്പംകൊണ്ടു കൈകേയി കൗസല്യയെ നിരാകരിച്ച കാര്യങ്ങൾ മന്ഥര ഓർമിപ്പിക്കുന്നുണ്ട്. അതിലുള്ള പക രാമമാതാവു രാമൻ രാജാവായാൽ കൈകേയിയോടു തീർക്കുമെന്നു വരെ മന്ഥര പറഞ്ഞുവയ്ക്കുന്നുണ്ട്. വിജനമായ വനത്തിൽ പതിനാലു കൊല്ലത്തേക്കു രാമനെ പറഞ്ഞുവിട്ടാൽ കാലാവധി തികയും മുമ്പേ രാമന്റെ കഥ തീരുമെന്നും നിഷ്ക്കണ്ടകമായ രാജ്യം ഭരതനു കൈവരുമെന്നുമുള്ള ചിന്തയാണ് മന്ഥരയിൽ പ്രവർത്തിച്ചത്.

ഇതെല്ലാം വച്ചു പരിശോധിക്കുമ്പോഴാണ് കൗസല്യ അനുഭവിച്ച ദുഃഖത്തിന്റെ ആഴം നമ്മുടെ മനസ്സിലിൽ പതിയുന്നത്. ബോധം തിരിച്ചുകിട്ടിയപ്പോൾ കൗസല്യ പറഞ്ഞു തുടങ്ങുന്നതിങ്ങനെയാണ്. രാമൻ തന്റെ മകനായിപ്പിറന്നില്ലായിരുന്നുവെങ്കിൽ തനിക്ക് ഒരൊറ്റ ദുഃഖമേ ഉണ്ടാകുമായിരുന്നുള്ളൂ. മക്കളില്ലല്ലൊ എന്ന ദുഃഖം അത്തരത്തിലുള്ള ഒരേയൊരു ദുഃഖം മാത്രം. തുടർന്നു ദശരഥമഹാരാജവിന്റെ പട്ടമഹിഷി ദുഃഖത്തിന്റെ ആഴത്തിലേക്കു കടക്കുകയാണ്. പതിപൗരുഷത്തിൽ നിന്നും ഒരു പത്നിക്കു ലഭിക്കാവുന്ന സുഖങ്ങളും സൗഭാഗ്യങ്ങളും കാണുവാനും അനുഭവിക്കുവാനും തനിക്കു സാധിച്ചിട്ടില്ല. ആകെ ഉണ്ടായിരുന്ന പ്രതീക്ഷ പുത്രനിലായിരുന്നു. ഒരു രാജാവിൽനിന്നു രാജമാതാവിനു ലഭിക്കാവുന്ന സൗകര്യങ്ങൾ ലഭിക്കുമെന്ന പ്രതീക്ഷ. അതില്ലാതായി.

മഹാരാജാവിന്റെ പട്ടമഹിഷിയായ തനിക്ക് ഇളയവരായ സപത്നിമാരിൽനിന്ന് ഹൃദയഭേദകമായ കുത്തുവാക്കുകൾ കേട്ട് കഴിഞ്ഞുകൂടേണ്ടിവരും. സ്ത്രീജന്മമെടുത്തവർക്ക് ഇതിനേക്കാൾ ഹൃദയഭേദകമായ മറ്റൊരനുഭവം ഉണ്ടാവാനില്ല. തന്റെ ശോകവും വിലാപവും ഒടുങ്ങുകയില്ല. രാമൻ കൊട്ടാരത്തിൽ ഉള്ളപ്പോൾത്തന്നെ താൻ തിരസ്കൃതയായെങ്കിൽ രാമന്റെ അഭാവത്തിൽ പിന്നെ പറയുവാനുണ്ടോ? തനിക്കു മരണം തന്നെ ഉറപ്പായിരിക്കുന്നു.

ഭർത്താവിന്റെ വെറുപ്പിനിരയായി, പുറന്തള്ളപ്പെട്ടവളായി കൈകേയിയുടെ വേലക്കാരിയായോ അഥവാ അതിലും താഴ്ന്നവളായോ ജീവിക്കേണ്ടിവരും. അപ്പോൾ തന്റെ പരിജനങ്ങൾപോലും കൈകേയിയുടെ പുത്രനെക്കണ്ടു ഭീതരായി തന്നോടു മിണ്ടുവാൻപോലും മടിക്കും. കോപശീലയായ കൈകേയിയുടെ പരുഷമായ വാക്കുകൾകേട്ടും ആ ദുർമ്മുഖം കണ്ടും താൻ എങ്ങനെ സഹിച്ചുകഴിയും!

രാമൻ ജനിച്ചനാൾ മുതൽ പതിനേഴ വർഷമായി താൻ ദിവസങ്ങളെണ്ണി കാത്തിരിക്കുകയായിരുന്നു. തന്റെ ദുഃഖങ്ങൾക്ക് അറുതിവരുന്നതും

പ്രതീക്ഷിച്ച്, ഇനിയും സപത്നിമാർക്കു കീഴ്പ്പെട്ട് അപമാനിതയായി കഴിയാൻ ഒരുക്കമല്ല.

രാമന്റെ മുഖം കാണാതെ ഗതിമുട്ടി ഇനി എങ്ങനെയാണ് ദിവസങ്ങളെ തള്ളിനീക്കാൻ കഴിയുക? ഉപവാസങ്ങളും വ്രതങ്ങളും അനുഷ്ഠിച്ചും ധ്യാനങ്ങളിൽ മുഴുകിയും പാടുപ്പെട്ടു ദുഃഖങ്ങൾ സഹിച്ചാണ് മകനെ വളർത്തിവലുതാക്കിയത്. അതെല്ലാമിപ്പോൾ ഇങ്ങനെയായി.

തന്റെ ഹൃദയം പൊട്ടിപ്പോകാത്തതെന്താണ്,യമദേവനുപോലും തന്നെ വേണ്ടാതായോ? ഒരുപക്ഷേ തന്റെ ഹൃദയം നിർമ്മിച്ചിരിക്കുന്നതു ഇരുമ്പുകൊണ്ടാവും. ദുഃഖങ്ങളും അനർത്ഥങ്ങളും സഹിച്ച് പുത്രനുവേണ്ടി ചെയ്ത വ്രതങ്ങളും ദാനങ്ങളും തപസ്സും ധ്യാനങ്ങളുമെല്ലാം മരുഭൂമിയിൽ വിതച്ചവിത്തുപോലെ നിഷ്ഫലമായിപ്പോയല്ലൊ. അകാലത്തിൽ യാദൃച്ഛികമായി മരണം സംഭവിക്കുമെങ്കിൽ അത്യധികമായ ദുഃഖത്താൽ തകർക്കപ്പെട്ട താൻ ഇപ്പോൾത്തന്നെ പരലോകത്ത് എത്തേണ്ടതാണ്. കിടാവു നഷ്ടപ്പെട്ട പശുവിന്റെ അവസ്ഥയിലാണു താൻ.

രാമനെ പിരിഞ്ഞു കൊട്ടാരത്തിൽ കഴിയുക. കൗസല്യക്കതു ചിന്തിക്കാൻപോലും കഴിയുന്നില്ല. അതുകൊണ്ട് കിടാവിനു പിന്നാലെ പോകുന്ന തള്ളപ്പശുവിനെപ്പോലെ ദാശരഥിയെ അനുഗമിച്ച് കാട്ടിലേക്കു പോകുവാൻ തന്നെ അവർ തയ്യാറാവുകയാണ്.

സപത്നിയായ കൈകേയിയുടെ വാക്കുമാത്രം കേട്ട് വനവാസത്തിനൊരുങ്ങുന്നതിലുള്ള അയുക്തി രാജമാതാവു ചൂണ്ടിക്കാണിക്കുന്നുണ്ട്. ധർമ്മമറിയുന്നവനാണു രാമൻ.ഗുരുജനമെന്ന നിലയിൽ പിതാവെന്നപോലെ മാതാവും ഒരുപോലെ പൂജ്യയാണല്ലൊ. അതുകൊണ്ട് രാമൻ തീരുമാനത്തിൽനിന്നു പിന്തിരിയണം.

രാമനു പതിനേഴു വയസ്സു തികയുന്ന അന്ന് ദൈവജ്ഞർ ദശരഥജാതകം പരിശോധിച്ചത് ഒരുപക്ഷേ അക്കാലത്തെ ഒരു സമ്പ്രദായമായിരിക്കാം. ദശരഥന്റെ ജന്മനക്ഷത്രത്തിന്റെ അപ്പോഴത്തെ ഗ്രഹസ്ഥിതി യനുസരിച്ച് സൂര്യൻ, ചൊവ്വ, വ്യാഴം എന്നീ ഗ്രഹങ്ങളുടെ ബാധയുണ്ടെന്നു ദൈവജ്ഞർ കണ്ടെത്തിപോലും! അതുകൊണ്ടാണ് പിറ്റേദിവസം ഭരതന്റെ ജന്മനക്ഷത്രദിവസം രാമന്റെ അഭിഷേകം നടത്താൻ മഹാരാജാവു പൊടുന്നനെ തീരുമാനിച്ചത്. മഹാരാജാവിന്റെ തീരുമാനത്തെ ദൈവജ്ഞന്റെ കണ്ടെത്തൽ ന്യായീകരിക്കുമ്പോഴും ഭരതൻ സ്ഥലത്ത് ഇല്ലാതിരിക്കുന്നതു നല്ലതാണെന്നും അന്നു രാത്രി വിശ്വസ്തരെ കാവൽ നിർത്തിവേണം ഉറങ്ങാനെന്നും രാമനോടു പറയുന്നിടത്ത് കൊട്ടാരക്കെട്ടിനകത്തുള്ള പൊരുത്തക്കേടുകളല്ലേ

പുറത്തുവരുന്നത്? തുടർന്നുള്ള മന്ഥരയുടെ വാക്കുകളും കൗസല്യയുടെ വിലാപവും ബഹുപത്നീവ്രതനായ ദശരഥന്റെ അന്തഃപുരത്തിലെ അന്തച്ഛിദ്രത്തിലേക്കാണ് വിരൽചൂണ്ടുന്നത്.

രാമന്റെ ജനനസമയത്ത് പഞ്ചമഹാഗ്രഹങ്ങൾ അത്യുച്ച സ്ഥാനത്തു നിന്നിരുന്നെങ്കിൽ പതിനേഴ വയസ്സു തികയുമ്പോൾ മൂന്നു മഹാഗ്രഹങ്ങൾ പിതാവിന്റെ ജന്മനക്ഷത്രത്തെ ബാധിക്കുന്നു. അത് അദ്ദേഹത്തിനു മരണമോ അത്യാപത്തോ വരുത്തിവയ്ക്കും. അതിനു ദൈവജ്ഞൻ നിർദ്ദേശിച്ച പരിഹാരമാകണം പിറ്റേ ദിവസത്തെ യുവരാജാഭിഷേകം.

വൈദേഹിയായ മൈഥിലി

'വ്യഭിചാരേണ വർണാനാ-
മവേദ്യാ വേദനേന ച
സ്വകർമാണാം ച ത്യാഗേന
ജായന്തേ വർണ സങ്കരാ:' (മനു - 10: 24)

(ചതുർവർണികളുടെ വ്യഭിചാരംകൊണ്ടും വിവാഹം ചെയ്യരുതാത്തവളെ വിവാഹം ചെയ്യുന്നതുകൊണ്ടും സ്വന്തം കർമങ്ങളുടെ ത്യാഗം കൊണ്ടും വർണസങ്കരങ്ങളുണ്ടാകുന്നു.). മനുസ്മൃതിയുടെ രചനാകാലത്തെ സമൂഹത്തെ ഇതിൽനിന്നു വായിച്ചെടുക്കാം. ആര്യാവർത്തത്തിൽ വർണവ്യവസ്ഥ നിലവിലുണ്ടായിരുന്നു. എന്നാൽ അതിനെ ചോദ്യം ചെയ്തുകൊണ്ട് ജീവിച്ചിരുന്ന വ്രാത്യന്മാർ ധാരാളമുണ്ടായിരുന്നു. ബൗദ്ധായനന്മാരുമുണ്ടായിരുന്നു. ബീജാധാനത്തിൽ തുടങ്ങി അന്ത്യേഷ്ടിയിലൊടുങ്ങുന്ന ഷോഡശ സംസ്കാരം പലരും ഉപേക്ഷിച്ചിരുന്നു.

ശൂദ്രവിഭാഗം പുരുഷസൂക്തം വിഭാവനം ചെയ്ത കേവല ശൂദ്രരായിരുന്നില്ല. അവർ സമ്പത്തിനു ടമകളായിരുന്നു. അവരിൽ രാജാക്കന്മാരുണ്ടായിരുന്നു അവർ യജ്ഞങ്ങൾ നടത്തിയിരുന്നു. പഠിക്കുകയും പഠിപ്പിക്കുകയും ചെയ്യുന്ന ഒരു വിഭാഗം അവരിൽ ഉണ്ടായിരുന്നു. വർണസംശുദ്ധി ബ്രാഹ്മണാ ചാര്യന്മാരുടെയിടയിലെ ഒരു വലിയ വെല്ലുവിളിയായവശേഷിച്ചു. അവർക്കു പലതിനെയും അവഗണിക്കുവാൻ കഴിയുമായിരുന്നില്ല.

ലൈംഗിക അരാജകത്വം നിലനിർത്തിക്കൊണ്ടുതന്നെ സാമൂഹിക മേധാവിത്വം നേടിയെടുക്കുവാനുള്ള ശ്രമമാണു ബ്രാഹ്മണർ നടത്തിയത്. അതിനനുസൃതമായി മനുസ്മൃതിയിൽ ഇങ്ങനെ എഴുതിച്ചേർത്തു.

'കന്യാം ഭജന്തീമുത്കൃഷ്ടം
ന കിഞ്ചിദപി ദാപയേത്
ജഘന്യം സേവമാനാം തു
സംയതാം വാസയേദ് ഗൃഹേ' (മനു - 8: 365)

(ഉത്കൃഷ് ജാതിപുരുഷനെ പ്രാപിക്കുന്ന കന്യകയ്ക്കു അല്പംപോലും ശിക്ഷ വിധിക്കരുത്. താണജാതിക്കാരെ പ്രാപിക്കുന്നവളെ വീട്ടിനുള്ളിൽ നിയന്ത്രിച്ച് നിർത്തേണ്ടതാണ്.)

സ്ത്രീകളുടെ വ്യക്തിത്വത്തെ അംഗീകരിക്കുക സാധ്യമായിരുന്നില്ല. പുരുഷന്റെ ജീവിതം പൂർണമാവണം. അതിനുവേണ്ടി സൃഷ്ടിക്കപ്പെട്ടവളാണ് സ്ത്രീ. അവർ സ്ഥിരബുദ്ധികളല്ല. അവർക്കു രഹസ്യം സൂക്ഷിക്കുവാൻ കഴിയില്ല. അതുകൊണ്ടവരെ സ്വതന്ത്രമായി ജീവിക്കുവാൻ അനുവദിച്ചുകൂടാ. സ്വേച്ഛാചാരിയായി ജീവിക്കാനാഗ്രഹിക്കുന്ന സ്ത്രീ അവരുമായി ബന്ധപ്പെട്ട കുലത്തിനു ദുഷ്കീർത്തിയുണ്ടാക്കും. ബാലയോ യുവതിയോ വൃദ്ധയോ ആയിക്കൊള്ളട്ടെ സ്വന്തം ഇഷ്ടപ്രകാരം യാതൊന്നും ചെയ്യാൻ അവളെ അനുവദിച്ചുകൂടാ. ഇതിന്റെയെല്ലാമടിസ്ഥാനത്തിലാണ് സ്ത്രീകളുടെ വിവാഹപ്രായം നിശ്ചയിച്ചത്.

'പിത്രേ ന ദദ്യാന്ച്ഛുല്കം തു
കന്യാമൃതുമതീം ഹരൻ
സ ഹി സ്വാമ്യാദതിക്രാമേ-
ദൃതൂനാം പ്രതിരോധനാത്' (മനു - 9:93)

(ഋതുമതിയായ കന്യകയെ വിവാഹം കഴിക്കുന്നയാൾ പിതാവിനു കന്യാശുല്കം കൊടുക്കേണ്ടതില്ല. ഋതുലക്ഷ്യത്തെതടഞ്ഞതിനാൽ പിതാവിന് അവളുടെ സ്വാമിത്വം നഷ്ടമായിരിക്കുന്നു.)

ഋതുമതിയായ സതി തന്നെ സദൃശനായ വരനു വിവാഹം ചെയ്തു നല്കുന്നതിനുവേണ്ടി മൂന്നുവർഷം കാത്തിരിക്കേണ്ടതാണ്. അതിനുശേഷം സദൃശനായ വരനെ സ്വയം കണ്ടെത്താവുന്നതാണ്. ഇത്തരം സന്ദർഭങ്ങളിൽ വിധിപ്രകാരം വിവാഹം നടത്തിക്കൊടുക്കാൻ പിതാവു ബാധ്യസ്ഥനാണ്. അവൾ കണ്ടെത്തുന്ന ഭർത്താവ് തന്റെ ജാതിയിൽപ്പെട്ടയാൾ തന്നെയാവണമെന്നു മനുസ്മൃതി ശഠിക്കുന്നില്ല. പുരുഷന്മാർക്കാണെങ്കിൽ ആദ്യവിവാഹം സ്വവർണത്തിൽ നിന്നാകണമെന്നേയുള്ളൂ. തുടർന്ന് ഏതു വർണത്തിൽ നിന്നുമാവാം. ഇത് വർണസങ്കരത്തിനിടയാക്കി. ഏറ്റവും കൂടുതൽ വർണസങ്കരമുണ്ടായതു ബ്രാഹ്മണരുമായി ബന്ധപ്പെട്ടായിരുന്നു. അതിനെ മനുസ്മൃതി ഇങ്ങനെ ചിട്ടപ്പെടുത്തി.

ബ്രാഹ്മണനിൽനിന്ന്	ബ്രാഹ്മണിയിൽ	ബ്രാഹ്മണസന്താനം ജനിക്കുന്നു.
ബ്രാഹ്മണനിൽനിന്ന്	ക്ഷത്രിയസ്ത്രീയിൽ	ബ്രാഹ്മണസദൃശൻ അഥവാ നാമമാത്ര ബ്രാഹ്മണൻ
ബ്രാഹ്മണനിൽനിന്ന്	വൈശ്യസ്ത്രീയിൽ	അംബഷ്ഠൻ
ബ്രാഹ്മണനിൽനിന്ന്	ശൂദ്രസ്ത്രീയിൽ	നിഷാദൻ (പാരശവൻ)
ബ്രാഹ്മണനിൽനിന്ന്	ഉഗ്രസ്ത്രീയിൽ	ആവൃതൻ, മദ്ഗു
ബ്രാഹ്മണനിൽനിന്ന്	അംബഷ്ഠ സ്ത്രീയിൽ	ആഭീരൻ
ബ്രാഹ്മണനിൽനിന്ന്	ആയോഗവിയിൽ	ധിക് വണൻ
ബ്രാഹ്മണനിൽനിന്ന്	വൈദേഹിയിൽ	ചുഞ്ചു
ശൂദ്രനിൽനിന്ന്	ബ്രാഹ്മണിയിൽ	ചണ്ഡാലൻ
വൈശ്യനിൽനിന്ന്	ബ്രാഹ്മണിയിൽ	വൈദേഹൻ
ക്ഷത്രിയനിൽനിന്ന്	ബ്രാഹ്മണിയിൽ	സൂതൻ

ഈ പട്ടിക ഇനിയും നീട്ടുന്നില്ല. പുരുഷൻ ബീജവും സ്ത്രീക്ഷേത്രവുമാണ്. മലയാളത്തിൽ പറഞ്ഞാൽ വിത്തും വയലുമെന്നർത്ഥം. ബീജം ഏതു വയലിലും മുളയ്ക്കും. എന്നാൽ വിത്തുഗുണം പത്തുഗുണമാണല്ലോ. ത്രൈവർണികരുടെ ബീജസംരക്ഷണം സ്മൃതികാരന്റെ കടമയാണത്രെ. അതുകൊണ്ട് ഇങ്ങനെ കുറിച്ചുവച്ചു.

'ശൂദ്രായാം ബ്രാഹ്മണാ ജ്ജാത:
ശ്രേയസാ ചേത് പ്രജായതേ
അശ്രേയാൻ ശ്രേയസീം ജാതിം
ഗച്ഛത്യാ സപ്തമാദ് യുഗാത് '(മനു- 10:64)

(ശൂദ്രസ്ത്രീയിൽ ബ്രാഹ്മണനുജനിക്കുന്ന പെൺകുട്ടിയെ യഥാസമയം ഒരു ബ്രാഹ്മണൻ വിവാഹം കഴിക്കുകയും അവരുടെ മകളെയും അനുരൂപനായ ബ്രാഹ്മണൻ യഥാസമയം വിവാഹം കഴിക്കുകയും, അങ്ങനെ ആറുതലമുറ കഴിഞ്ഞാൽ ഏഴാം തലമുറ ബ്രാഹ്മണജാതിയാകും). ഇത്തരത്തിൽ ശൂദ്രനാണു പെൺകുട്ടിയെ വിവാഹം കഴിക്കുന്നതെങ്കിൽ ഏഴാം തലമുറ ശൂദ്രവർണമാകും. ഇതു ചതുർവർണികൾക്കേവർക്കും ബാധകമാണ്.

ഋതുമതിയാകുംമുമ്പേ വിവാഹം നടക്കാതെ പോയ ഒരു ബ്രാഹ്മണ യുവതിയെ വിധിപ്രകാരമുള്ള കാത്തിരിപ്പിനുശേഷം ഒരു വൈശ്യൻ വിവാഹം കഴിച്ചുവെന്നു സങ്കല്പിക്കുക. അവളിൽ ജനിക്കുന്ന കുട്ടി

ബ്രാഹ്മണനോ വൈശ്യനോ അല്ല. അവൻ വൈദേഹൻ എന്ന വിഭാഗ ത്തിൽപെടും. പെൺകുട്ടിയാണെങ്കിൽ വൈദേഹ. ആ വൈദേഹയെ അനുരൂപനായ ഒരു വൈദേഹ യുവാവ് യഥാസമയം വിവാഹം കഴി ക്കുന്നുവെന്നു കരുതു. അവരിലുണ്ടാകുന്ന കുട്ടി വൈദേഹനായിരിക്കും. അങ്ങനെ വൈദേഹ പരമ്പര സൃഷ്ടിക്കപ്പെടുന്നു. (ഇവിടെ ബ്രാഹ്മണ സ്ത്രീയിൽ വൈശ്യനുണ്ടായ പെൺകുട്ടിയെ വൈശ്യനാണു വിവാഹം ചെയ്യുന്നതെങ്കിൽ ഏഴാം തലമുറ ശുദ്ധവൈശ്യനും ബ്രാഹ്മണനാണു വിവാഹം ചെയ്യുന്നതെങ്കിൽ ഏഴാം തലമുറ ശുദ്ധ ബ്രാഹ്മണനുമാകും). ഇത്തരത്തിൽ പ്രസിദ്ധരായ രാജാക്കന്മാരണല്ലോ വേനൻ, മാഗധൻ, ഗുഹൻ, വൈദേഹൻ തുടങ്ങിയവർ. സങ്കരജാതികൾ.

വാല്മീകി രാമായണത്തിൽ ജനകമഹാരാജാവ് തന്റെ കുലാഭിജാ ത്യം പറയുന്നുണ്ട്. അത് നിമിയിലാണു തുടങ്ങുന്നത്. ജനകരാജാക്കൻ മാർ ചന്ദ്രവംശക്കാരാണ്.സീരമാണു കൊടിയടയാളം. സീരമെന്നാൽ കലപ്പയെന്നാണർത്ഥം. രാമനാകട്ടെ സൂര്യവംശരാജകുമാരനാണ്. വൈദേഹന്റെ രാജ്യമാണു വിദേഹം. വിദേഹരാജാവിന്റെ പുത്രി അഥവാ വൈദേഹന്റെ പുത്രിയാണു വൈദേഹി. വൈദേഹിയുടെ ജനനത്തെക്കു റിച്ചു ജനകമഹാരാജാവു പറയുന്നതിങ്ങനെയാണ്.

'ക്ഷേത്രം ശോധയതാ ലാബ്ധാ
നാമ്നാ സീതേതിവിശ്രുതാ
ഭൂതലാദുത്ഥിതാ സാതു
വ്യവർധത മമാത്മജാ' (വാ.രാ. ബാല 66:14)

(വയൽശുചിയാക്കുമ്പോൾ എനിക്കു ഭൂമിയിൽനിന്നു ലഭിച്ചതാണു സീതയെ. ഭൂമിയിൽനിന്നു ലഭിച്ച അവൾ എന്റെ ആത്മജയായി വളർന്നു) മഹാരാജാവിന്റെ നേതൃത്വത്തിൽ വയൽ വൃത്തിയാക്കുന്നത് യാഗശാലയൊരുക്കാനാവണം. അപ്പോൾ ആ കുട്ടിയുടെ ലഭ്യതയ്ക്ക് ഒരു പരിശുദ്ധികൈവന്നു. വൈദേഹന്റെ പട്ടമഹിഷി പ്രസവിച്ചുണ്ടായവൾ അല്ല എന്ന ഒരു ന്യൂനത ഒഴിവാവുകയും ചെയ്തു. വൈദേഹ കന്യകയെന്ന നിഴലിന് ഇല്ലാത്ത ക്ഷേത്രതേജസ്സുകൊണ്ടൊരു പരിഹാരമാവുകയും ചെയ്തു. സീതയുടെ ബീജമോ ക്ഷേത്രമോ അന്വേഷിച്ചുകണ്ടെത്തുക സാധ്യമല്ലല്ലോ.

ദശരഥ മഹാരാജാവ് തന്റെ മക്കളുടെ വിവാഹത്തെക്കുറിച്ച് ബന്ധു ക്കളുടേയും മന്ത്രിമാരുടെയും മധ്യത്തിൽവച്ച് ചിന്തിച്ചുകൊണ്ടിരിക്കുമ്പോ ഴാണ് വിശ്വാമിത്രമഹർഷി അയോധ്യാ രാജധാനിയിലേക്കു കടന്നുവ രുന്നത്. തന്റെ ആഗമനോദ്ദേശ്യം ദശരഥനോടു പറയുന്നതെന്തുതന്നെ യായാലും വിശ്വാമിത്രന് വ്യക്തമായ ലക്ഷ്യമുണ്ടായിരുന്നുവെന്നുവേണം

ചിന്തിക്കുവാൻ. സീതാരാമന്മാരുടെ വിവാഹംതന്നെ. സാകേതത്തിൽ നിന്നാരംഭിക്കുന്ന യാത്ര മിഥിലയിലാണല്ലോ അവസാനിക്കുന്നത്.

മിഥിലയിലെത്തിയ വിശ്വാമിത്രനെയും സംഘത്തെയും ജനകമഹാരാജന് അർഘ്യം പാദ്യാദികളോടെ സോപചാരം സ്വീകരിച്ചു. മിഥിലയിൽ യജ്ഞം നടന്നുകൊണ്ടിരിക്കുകയാണെന്നും പന്ത്രണ്ടുദിവസം കൂടി അതു തുടരുമെന്നും അതിന്റെ പരിസമാപ്തിവരെ കുമാരന്മാരോടൊപ്പം മഹർഷിയുടെ സാന്നിദ്ധ്യം അവിടെയുണ്ടാവണമെന്നും ജനകമഹാരാജാവ് വിനയപൂർവം വിശ്വാമിത്രനോടു പറഞ്ഞു. സവിശേഷലക്ഷണങ്ങളോടുകൂടിയ കുമാരന്മാർ ആരാണെന്നറിയാൻ മഹാരാജാവ് താല്പര്യം പ്രകടിപ്പിച്ചു. കുമാരന്മാർ ദശരഥപുത്രന്മാരാണെന്നും ആഗമനോദ്ദേശ്യം മഹാധനുസ്സു കണ്ടറിയലാണെന്നും മഹർഷി അദ്ദേഹത്തെ അറിയിച്ചു.

ഗൗതമാശ്രമം കടന്നാണവർ എത്തിയതെന്നറിഞ്ഞ ശതാനന്ദന് ഉൾപ്പുളകമുണ്ടായി. ജനകന്റെ കുലഗുരുവാണല്ലോ ശതാനന്ദൻ. അഹല്യാഗൗതമന്മാരുടെ മൂത്തപുത്രൻ. മാതാപിതാക്കൾ ഒന്നിച്ചുചേർന്നെന്നറിഞ്ഞതിൽ അദ്ദേഹത്തിനുണ്ടായ സന്തോഷം അവർണനീയമാണ്. അതുകൊണ്ടു കൂടിയാണ് വിശ്വാമിത്രന്റെ കഥ കുമാരന്മാരോടു വിശദമായിത്തന്നെ പറയാൻ അദ്ദേഹം തയ്യാറായത്.

അയോനിജയായ മകളെ വീരശുല്കയായി നിശ്ചയിച്ചിരിക്കുന്നുവെന്നാണ് ജനകൻ പറഞ്ഞത്. നിമിയുടെ ആറാം തലമുറക്കാരനായ ദേവരാതനെ രുദ്രൻ ന്യാസമായി ഏല്പിച്ച ശൈവചാപമെടുത്തു കുലയ്ക്കണം. അതാണു ശുല്കം. വില്ലു കുലയ്ക്കാൻ ശ്രമിച്ചു പരാജയപ്പെട്ടവരെക്കുറിച്ചു ജനകൻ പറയുന്നത് ശ്രദ്ധേയമാണ്.

> 'നൈതത് സുരഗണാ: സർവേ
> സാസുരാ ന ച രാക്ഷസാ:
> ഗന്ധർവ യക്ഷപ്രവരാ:
> സകിന്നര മഹോരഗാ:' (ബാല 67:9)

(ദേവഗണത്തിനോ അസുരന്മാർക്കോ രാക്ഷസന്മാർക്കോ ഗന്ധർവന്മാർക്കോ യക്ഷന്മാർക്കോ കിന്നരന്മാർക്കോ ഉരഗപ്രവരന്മാർക്കോ സാധിച്ചിട്ടില്ല.) സീതയെ വിവാഹം കഴിക്കുന്നവനു നിശ്ചയിക്കപ്പെട്ടിരിക്കുന്ന യോഗ്യത ശൈവചാപം കുലയ്ക്കുന്നതിനുള്ള കരുത്ത് മാത്രമാണ്. അയാൾ ക്ഷത്രിനായിരിക്കണമെന്ന യാതൊരു നിബന്ധനയുമില്ല. ശൈവവില്ലെടുത്തു കുലയ്ക്കാൻ വന്നവരിൽ യക്ഷരക്ഷ ഗന്ധർവ കിന്നരന്മാരായ വരെല്ലാമുണ്ട്. അവരാരും തടയപ്പെട്ടിട്ടില്ല.

ന്യാസം ശുല്കമാക്കാമോ എന്ന ചോദ്യം ധർമശാസ്ത്രവുമായി ബന്ധപ്പെട്ടതാണ്. നിമിയുടെ ആറാം തലമുറക്കാരാനായ ദേവരാതനെ രുദ്രൻ

ന്യാസമായി ഏല്പിച്ചതാണല്ലോ ശൈവചാപം. നിമിയിൽനിന്നു ജനകൻവരെയുള്ള പരമ്പരയിലൊന്നും വൈദേഹൻ സ്ഥാനം പിടിക്കുന്നില്ല. ഒരു വിവാഹാലോചനാ സദസ്സിൽ നിന്നും മറ്റൊരു വിവാഹസംരംഭസദസ്സിലേക്കാണ് രാജകുമാരന്മാരെയും കൂട്ടിയുള്ള വിശ്വാമിത്രന്റെ യാത്രയെന്ന് മറക്കരുത്. ശതാനന്ദൻ കുമാരന്മാരെ വർണിച്ചു കേൾപ്പിച്ച വിശ്വാമിത്രന്റെ സ്വപ്രത്യയ സ്ഥൈര്യവും ദാർഢ്യവും വസിഷ്ഠ വിശ്വാമിത്രന്മാർ തമ്മിലുണ്ടായ കടുത്തപോരും രാജാവിൽനിന്നും രാജർഷിയിലേക്കും അവിടെനിന്നും ബ്രഹ്മർഷിയിലേക്കുമുള്ള വിശ്വാമിത്രന്റെ ചുവടുവയ്പുകളും ഇവിടെ ചേർത്തുവച്ചു ചിന്തിക്കേണ്ടതാണ്. ദശരഥന് പട്ടമഹിഷിയായ കൗസല്യയിൽ ഉണ്ടായ ഔരസ സന്താനമായിരുന്നവല്ലോ ശാന്ത. ശാന്തയെ ലോമപാദനു നല്കി. പിന്നീട് ഭാര്യമാർ രണ്ടുകൂടിവന്നെങ്കിലും സന്താന സൗഭാഗ്യമുണ്ടായില്ല. അശ്വമേധവും പുത്രകാമേഷ്ടിയും നടത്തി ലഭിച്ചതിൽ പ്രഥമ സന്താനത്തിനു ലഭിച്ചതോ 'അയോനിസംഭവ'യായ വധുവിനെ. അതിനു കാരണമായതും വിശ്വാമിത്രൻ!

വൈശ്യന് ബ്രാഹ്മണസ്ത്രീയിൽ ജനിക്കുന്ന സന്താനമാണ് വൈദേഹൻ എന്ന് സ്മൃതികാരൻ പറയുന്നു. വൈദേഹോ മിഥിലാധിപ: (ബാല 70:13) വൈദേഹേജനകേ (ബാല 72:17) വിദേഹാനാം... മിഥിലേശ്വര (ബാല 74:3) എന്നിത്യാദി വിശേഷണങ്ങൾ വാല്മീകി പ്രയോഗിക്കുന്നുണ്ട്. ആകെക്കൂടി ചിന്തിക്കുമ്പോൾ വർണ്ണങ്ങൾക്കും വർണ്ണസങ്കരങ്ങൾക്കും പ്രാധാന്യമുണ്ടായിരുന്ന രാമായണ കാലഘട്ടത്തിലെ മൈഥിലി വൈദേഹിയാണെന്നു കരുതേണ്ടിവരുന്നു.

ദാശരഥികളുടെ ചരിത്രം സരയൂ നദിയിൽ ഒടുങ്ങുന്നില്ല. രാമായണ കഥ പാടിനടന്ന കുശലവന്മാരിലൂടെ അതു തുടരുകയാണ്. ഋഗ്വേദവും മനുസ്മൃതിയും ഇരുകരങ്ങളിലുമേന്തിക്കൊണ്ട് ത്രേതായുഗത്തിനിപ്പുറത്തുനിന്നുകൊണ്ട് കാലം ചോദിക്കുന്നു. വാല്മീകിയുടെ രാമായണം മന്ത്രമധുരമായി പാടിത്തന്ന കുശീലവന്മാരുടെ വർണമേതാണ്? കാട്ടുംപടലും നിറഞ്ഞ യജ്ഞക്ഷേത്രത്തിൽ കൈകാലിട്ടടിച്ചു കരഞ്ഞ കുഞ്ഞിന്റെ വർണമനുമാനിക്കാൻ ഏതു ശാസ്ത്രത്തിനാണു കഴിയുക? അഥവാ അയോനീഭവയായ പെൺകൊടി നാലുവർണത്തിനും ചേരുമെന്നാണോ?

മലബാർ കലാപവും 'ദുരവസ്ഥ'യും

1921 ലെ മലബാർ കലാപം. അതിന്റെ പശ്ചാത്തലത്തിൽ മഹാകവി കുമാരനാശാൻ രചിച്ച ഒരു ഖണ്ഡ കാവ്യമാണ് 'ദുരവസ്ഥ'. മലബാർ കലാപം മാപ്പിളലഹള, ഖിലാഫത്ത് കലാപം, കർഷകസമരം എന്നിങ്ങനെ പലപല പേരുകളിലാണ് വിലയിരുത്ത പ്പെട്ടിട്ടുള്ളത്. അടുത്തകാലത്തായി അതിനെ ഹിന്ദു-മുസ്ലീം വർഗ്ഗീയ കലാപമെന്ന നിലയിൽ വിലയിരുന്നതിനുള്ള ശ്രമവും നടന്നുവരുന്നുണ്ട്.

ക്രി.വ. പതിനാലാം നൂറ്റാണ്ടിന്റെ ഉത്തരാർദ്ധത്തോടുകൂടിയാണ് സാമൂതിരിഭരണം കോഴിക്കോട് ആരംഭിക്കുന്നത്. നാലു നൂറ്റാണ്ടുകാലം അവർ ഭരണം നടത്തി. നെടിയിരിപ്പ് സ്വരൂപം എന്ന പേരിൽ അവരുടെ സാമ്രാജ്യം ചരിത്രത്തിൽ രേഖപ്പെടുത്തപ്പെട്ടിരിക്കുന്നു. അതിശക്തരായ ഭരണാധികാരികളായിരുന്നു അവർ. വിന്ധ്യനു വടക്ക് ചാതുർവർണ്യം അതിശക്തമായിരുന്നെങ്കിലും തെക്ക് അങ്ങനെയായിരുന്നില്ല. പ്ര ത്യേകിച്ചും സഹ്യനുപടിഞ്ഞാറ്. നെടിയിരിപ്പുസ്വരൂപക്കാർ ക്ഷത്രിയ രായിരുന്നില്ല. അതു വേദാധികാരികളായ നമ്പൂതിരിമാർ ശരിക്കും മുതലെടുത്തു. ബ്രാഹ്മാവിന്റെ മുഖത്തുനിന്നും ജനിച്ച നമ്പൂതിരിമാർ നിഗ്ര ഹാനുഗ്രഹ ശക്തിയുള്ളവരാണല്ലൊ. ആ നിലയിൽ സാമൂതിരിമാർ അവർക്ക് അമിതമായ ആദരവു നൽകി.

മലബാറിലെ നമ്പൂതിരിമാർ വൻകിട ജന്മിമാരായി. കരമൊഴി വായി നേടിയ ഭൂമിയിൽ കൃഷി ചെയ്യാൻ അവർക്കാകുമായിരുന്നില്ല. 'പ്രമൃതം' ബ്രാഹ്മണർക്കു വിലക്കപ്പെട്ടിരിക്കുന്നു. കൃഷിപ്രമൃതമാണല്ലൊ.

അതുകൊണ്ട് അവരുടെ ഭൂമി പാട്ടവ്യവസ്ഥയിൽ കുടിയാന്മാർക്കു വീതിച്ചു നൽകി. നമ്പൂതിരിമാരുടെ കൃഷിഭൂമി പാട്ടം നിശ്ചയിച്ച് ഏറ്റെടുത്ത കുടിയാന്മാർ ചരിത്രത്തിൽ 'പാട്ടക്കുടിയാന്മാർ' എന്നറിയപ്പെട്ടു.

പാട്ടവ്യവസ്ഥകൾ കൃത്യമായി പാലിക്കപ്പെടണമെന്ന് നമ്പൂതിരിമാർക്കെന്നപോലെ സാമൂതിരിമാർക്കും നിർബന്ധമുണ്ടായിരുന്നു. അതിന് ഒരു കാരണം ആ സ്വത്തിന്റെ പേരാണ്. 'ബ്രഹ്മസ്വം'. ബ്രഹ്മസ്വത്തിന്റെ കാര്യത്തിൽ ഇളവനുവദിക്കണമെന്ന് പറയാൻ രാജാവിന് ആകുമായിരുന്നില്ല. കാലാവസ്ഥയെ ആശ്രയിച്ചായിരുന്നു കൃഷിയുടെ വിജയം. വരൾച്ച മൂലമോ പ്രളയം മൂലമോ കൃഷി പിഴച്ചാലും പാട്ട വ്യവസ്ഥ പാലിക്കപ്പെടണമായിരുന്നു. അതിൽ വീഴ്ച സംഭവിച്ചാൽ തിരുമേനിക്കു പറയാൻ ഒന്നേ ഉണ്ടായിരുന്നുള്ളൂ. 'ഭൂമി ഒഴിഞ്ഞോളൂ'. മനസ്സിൽ നിന്നോ കൊട്ടാരത്തിൽനിന്നോ ആശ്വാസം പ്രതീക്ഷിക്കാനില്ലാത്ത കർഷകരെല്ലാം അസ്വസ്ഥരായിരുന്നു.

മലബാറിലാകെ അരക്ഷിതാവസ്ഥ കർഷകരിൽ നിറഞ്ഞുനിന്ന സാഹചര്യത്തിലണ് യമനിൽനിന്നുള്ള സൂഫികളുടെ വരവ്. അവർ ഏകദൈവവിശ്വാസികളായിരുന്നു. അവർ ഏകദൈവത്തെ സ്തുതിച്ചുകൊണ്ട് സ്തോത്രം ചൊല്ലി. ദഫ്, അറവന എന്നീ വാദ്യോപകരണങ്ങൾ ഉപയോഗിച്ചു. റാത്തീബു നടത്തി. അത്ഭുതങ്ങൾ കാണിച്ചു. സിയാറത്തു യാത്രകൾ നടത്തി. ഖബർ സ്ഥാനങ്ങൾ സന്ദർശിച്ചു. ജീവിതത്തെക്കുറിച്ചും ജനനമരണങ്ങളെക്കുറിച്ചും സംസാരിച്ചു. ഏകമായ ആ ദൈവത്തെ 'അള്ളാഹ്'വെന്ന് കർഷകർക്കു പരിചയപ്പെടുത്തി. അള്ളാഹ 'അക്ബറാ'ണെന്ന് പഠിപ്പിച്ചു. പൂവൻകോഴിയുടെ കുരലു കടിച്ചുമുറിച്ചു ചോര കുടിച്ച് അലറിവരുന്ന ദൈവത്തിന്റെ സ്ഥാനത്ത് കരുണാമയനായ 'അള്ളാഹ്'വിനെ അവർ അനുഭവിച്ചറിഞ്ഞു. അനാചാരമണ്ഡലചരത്രാധിപത്യത്തിനു വെളിയിൽ പുതിയൊരു വിശ്വാസപ്രമാണം രൂപംകൊണ്ടു. ഇസ്ലാം മതം. മലബാറിലെ കർഷകജനസാമാന്യം ഇസ്ലാംമത വിശ്വസി കളായിരുന്നുവെന്നു പൊതുവെ പറയാം.

തെക്കേ ഇന്ത്യയിലെ പ്രധാന നാട്ടുരാജ്യങ്ങളായിരുന്നുവല്ലോ തിരുവിതാംകൂറും കൊച്ചിയും മൈസൂരും മറ്റും. തങ്ങളേക്കാൾ ശക്തി കുറവാണെന്നു തോന്നുന്ന രാജ്യങ്ങളെ കീഴടക്കി തങ്ങളുടെ രാജ്യത്തിന്റെ കരുത്തും വിസ്തൃതിയും വർദ്ധിപ്പിക്കുകയെന്നത് അക്കാലത്തെ ദേശാഭിമാനത്തിന്റെ ഒരു ലക്ഷണമായിരുന്നു. നാട്ടുരാജ്യങ്ങൾ ഇന്ത്യൻ യൂണിയനിൽ ലയിക്കുന്നതിന്റെ ഭാഗമായി എഴുതിയുണ്ടാക്കിയ 'കവനന്റി'ൽ പന്തളം രാജാവിന് ഒപ്പിടേണ്ടിവന്നില്ലയെന്നത് ഇത്തരുണത്തിൽ ഓർത്തുപോകുന്നു. മൈസൂരിലെ സുൽത്താനായിരുന്ന

ഹൈദരും അദ്ദേഹത്തിന്റെ മകൻ ടിപ്പുവും പല പ്രാവശ്യം സാമൂതിരിയെ ആക്രമിച്ചിട്ടുണ്ട്. കോഴിക്കോടു സാമൂതിരി ഏർപ്പെടുത്തിയിരുന്ന പല കർഷകദ്രോഹ നിയമങ്ങളും റദ്ദു ചെയ്ത് മലബാറിലെ കർഷകർക്ക് ആശ്വാസം നല്കാൻ ഹൈദരലിയും മകൻ ടിപ്പുവും തയ്യാറായിട്ടുണ്ടെന്നാണ് മനസ്സിലാക്കാൻ കഴിയുന്നത്. നാട്ടുരാജ്യങ്ങൾ തമ്മിലുള്ള മത്സരമായിരുന്നുവല്ലോ ബ്രിട്ടീഷുകാർക്ക് ഇന്ത്യയെ കീഴ്പ്പെടുത്താൻ സഹായകമായത്. ഹൈദരലി ഏർപ്പെടുത്തിയ ഭൂനികുതിസമ്പ്രദായമാണ് തുടർന്നുവന്ന ബ്രിട്ടീഷുകാർ ഇവിടെ നടപ്പാക്കിയത്. സാമൂതിരിയും ജന്മിമാരും നടത്തിവന്ന കർഷകദ്രോഹനടപടികൾ ബ്രിട്ടീഷുകാരും തുടർന്നു. ബ്രിട്ടീഷുകാർക്കും നമ്പൂതിരിമാർക്കും എതിരായ മനോഭാവം ഒരു പുതിയ ഭാഷയും സംസ്കാരവും രൂപം കൊള്ളുന്നതിനുവരെ കാരണമായി. അവർ അറബിഭാഷയിൽ അഭിരമിച്ച കാലം കഴിച്ചു. ഒടുവിലായപ്പോൾ മലയാളത്തിലെ എല്ലാ അക്ഷരങ്ങളും അവരുടെ നാവിനു വഴങ്ങാത്ത അവസ്ഥയോളമെത്തി.

മലബാറിലെ മുസ്ലീംങ്ങൾ മാപ്പിളമാർ എന്ന പേരിലാണ് അറിയപ്പെട്ടത്. തങ്ങളുടെ സ്വത്വം പരുവപ്പെടുത്തി ജീവിതക്രമം ചിട്ടപ്പെടുത്തിയ മാപ്പിളമാരെ അടിച്ചൊതുക്കുന്നതിന് ബ്രിട്ടീഷുകാർ അശ്രാന്തപരിശ്രമം തന്നെ നടത്തി. തങ്ങളുടെ നിഷേധികളായ പാട്ടക്കുടിയാന്മാർ എന്ന നിലയിൽ നമ്പൂതിരിമാർ മാപ്പിളമാർക്കെതിരെ ബ്രിട്ടീഷുകാരെ സഹായിക്കുന്ന നിലപാടാണു സ്വീകരിച്ചത്. ഒടുവിൽ മാപ്പിളമാരെ ഒതുക്കുന്നതിനുവേണ്ടി പ്രത്യേക നിയമം തന്നെ ബ്രിട്ടീഷ് പാർലിമെന്റ് നിർമിച്ചു. അതാണ് 1867 ലെ മാപ്പിള ഔട്രേജസ്സ് ആക്റ്റ് (Mappila outrages Act 1867). തുടർന്ന് 1884 ലെ എം.എസ്.പി. (Malabar Special Police) ഇതിന്റെ ഫലമായി മാപ്പിളമാർ കൂടുതൽ പ്രകാപിതരാവുകയാണുണ്ടായത്. അറബിഭാഷയുടെയും സംസ്കാരത്തിന്റെയും വല്മീകത്തിനകത്തുനിന്നും മാപ്പിളമാരെ വെളിയിൽ ചാടിക്കുവാനുള്ള ഒരു ശ്രമം മെക്കാളെ പ്രഭു നടത്തി. പ്രാഥമികവിദ്യാലയങ്ങൾ ധാരളമായി അനുവദിച്ചു. എന്നാൽ മാപ്പിളമാർ അതിൽ ആകൃഷ്ടരായില്ല

കർഷക ജനസാമാന്യം ഉൾപ്പെടുന്ന മാപ്പിളമാർ ഒരു വശത്തും ബ്രിട്ടീഷുകാരും ജന്മിമാരും ഉൾപ്പെടുന്ന അധികാരിവർഗം മറുവശത്തുമായി അണിനിരന്ന സാഹചര്യത്തിലാണ് ഒന്നാമതു ലോകമഹായുദ്ധം നടന്നത്.

28-07-1914 ന് ഓസ്ട്രിയ സെർബിയയ്ക്കെതിരെ യുദ്ധം പ്രഖ്യാപിച്ചു. ലോകത്തിലെ ശക്തിരാജ്യങ്ങൾ ഓരോ ചേരിയിലായി അണിനിരന്നു.

അതോടുകൂടി യുദ്ധത്തിന്റെ സ്വഭാവം മാറി. ലോകമഹായുദ്ധമായി. ഒന്നാം ലോക മഹായുദ്ധമായി അതിനെ ചരിത്രം രേഖപ്പെടുത്തി.

യുദ്ധം നടന്നുകൊണ്ടിരിക്കെ ടർക്കിയിലെ സുൽത്താൻ ഖലീഫ ബ്രിട്ടൻ, ഫ്രാൻസ്, റഷ്യ തുടങ്ങിയ ശക്തികൾക്കെതിരെ ജിഹാദിന് ലോക മുസ്ലീംകളോട് ആഹ്വാനം ചെയ്തു. എന്നാൽഅതിന് വേണ്ടത്ര അംഗീകാരം ലഭിച്ചില്ല. 30-10-1918 ന് ടർക്കി തോൽവി അംഗീകരിച്ചു. 1918 നവംബർ മാസം 11-ാം തീയതി ചരിത്രപ്രസിദ്ധമായ ഒന്നാം ലോകമഹായുദ്ധം അവസാനിച്ചു. ടർക്കി സാമ്രാജ്യം തകർന്നു. 16-3-1920 ന് ബ്രിട്ടീഷ്സേന ടർക്കിയുടെ പ്രധാനകേന്ദ്രമായ ഇസ്താംബുളിന്റെ നിയന്ത്രണം ഏറ്റെടുത്തു.

ഇസ്ലാം വിഭാവനം ചെയ്യുന്ന ഭരണവ്യവസ്ഥയാണല്ലോ ഖിലാഫത്ത്. ഖിലാഫത്തുഭരണാധികാരിയാണു ഖലീഫ. ടർക്കിയിലെ ഖലീഫ സുൽത്താൻ ആഗോളമുസ്ലീംകളുടെ നേതാവാണ്. ടർക്കി സാമ്രാജ്യം തകരുകയും ബ്രിട്ടൻ ഖലീഫയുടെ അധികാരങ്ങൾ കവരുകയും ചെയ്തതോടെ ബ്രിട്ടനെതിരെ രൂപംകൊണ്ട പ്രസ്ഥാനമാണ് ഖിലാഫത്ത്.

ദക്ഷിണാഫ്രിക്കയിൽനിന്നു കയ്യിൽ 'ഹിന്ദുസ്വരാജും' മനസ്സിൽ 'ഗ്രാമസ്വരാജു'മായി ഇന്ത്യയിലെത്തിയ ഗാന്ധിജി സ്വാതന്ത്ര്യസമരത്തിന്റെ അമരത്തേക്കുയർത്തപ്പെട്ടകാലം. ഇന്ത്യൻ ജനതയെ മതത്തിന്റെ അടിസ്ഥാനത്തിൽ നോക്കിക്കണ്ട ഗാന്ധിജിയ്ക്ക് ബ്രിട്ടനെതിരെ ആഞ്ഞടിയ്ക്കാൻ ഇതൊരു സുവർണാവസരമാണെന്നുതോന്നി. അങ്ങനെ 'ഖിലാഫത്തുപ്രസ്ഥാനം' ഗാന്ധിജിയുടെ കാർമികത്വത്തിൽ സ്വാതന്ത്ര്യസമരപ്രസ്ഥാനത്തിന്റെ ഭാഗമായി.

14-06-1920 ന് ഗാന്ധിജിയും മറ്റു നേതാക്കളും കോഴിക്കോട്ടു കടപ്പുറത്തുവച്ചുനടന്ന യോഗത്തിൽ പ്രസംഗിച്ചു. ഇതോടെ മലബാറിൽ ഖിലാഫത്തു പ്രസ്ഥാനത്തിന്റെ പ്രവർത്തനങ്ങൾ സജീവമായി. താലൂക്കുതലത്തിലും പ്രാദേശികതലത്തിലും കമ്മിറ്റികൾ രൂപീകരിക്കപ്പെട്ടു. ഖിലാഫത്തു പ്രസ്ഥാനത്തിന്റെയും നിസ്സഹകരണപ്രസ്ഥാനത്തിന്റെയും സംയുക്തസഹകണത്തിലൂടെ സ്വാതന്ത്ര്യസമര പ്രസ്ഥാനത്തെ ശക്തിപ്പെടുത്തുക. അപ്പോഴും അതിന്റെ അടിസ്ഥാനം അഹിംസയായിരിക്കുക. ഇതായിരുന്ന ദേശീയ പ്രസ്ഥാനത്തിന്റെ കാഴ്ചപ്പാട്.

1921 ഏപ്രിൽ 22 മുതൽ 26 വരെ ഒറ്റപ്പാലത്തുവച്ച് ദേശീയ പ്രസ്ഥാനത്തിന്റെ സമ്മേളനം നടന്നു. കുടിയാൻ സമ്മേളനം, ഖിലാഫത്തു സമ്മേളനം, വിദ്യാർത്ഥി സമ്മേളനം എന്നിവ ഇതിന്റെ ഭാഗമായി

ഉണ്ടായിരുന്നു. അതേസമയത്തുതന്നെ ബ്രിട്ടീഷ് ഭരണത്തോടു കൂറു പുലർത്തുന്നവരും യാഥാസ്ഥിതികരുമായ കോൺഗ്രസ്സുകാരുടെ സമ്മേളനം ആനിബസന്റിന്റെ അധ്യക്ഷതയിൽ കോഴിക്കോട്ടും നടന്നു. ഖിലാഫത്തു പ്രസ്ഥാനം മലബാറിൽ രൂപം കൊണ്ടതുതന്നെ ഇത്തരത്തിൽ ഇരുമുഖമായിട്ടായിരുന്നുവെന്നർത്ഥം. ഇരുസമ്മേളനവും മാധ്യമങ്ങളിൽ 'കൂറില്ലാത്തവരുടെയും' 'കൂറുള്ളവരുടേയും' സമ്മേളനങ്ങളെന്നു വിലയിരുത്തപ്പെട്ടു. ജില്ലാമജിസ്ട്രേറ്റും ജില്ലാ പോലീസ് സൂപ്രണ്ടും ഗവൺമെന്റിനു റിപ്പോർട്ടു ചെയ്തത് കോഴിക്കോട്ടു സമ്മേളനം 'ജയിച്ചു'വെന്നും ഒറ്റപ്പാലം സമ്മേളനം 'പൊളിഞ്ഞു'വെന്നുമായിരുന്നു. (എം.ഗംഗാധരൻ, മലബാർ കലാപം, പുറം 105)

തിരൂരങ്ങാടിയിൽ കോൺഗ്രസ്സിന്റെ സമ്മേളനം നടക്കുന്നതിനിടയിൽ പോലീസ് കോൺഗ്രസ്സുകാരെയും ഖിലാഫത്തുകാരെയും ആക്രമിച്ചു. അടികൊണ്ടവരോടു ക്ഷമിക്കുവാനും സഹിക്കുവാനും അഹിംസയെന്ന പ്രഖ്യാപിതനയത്തിൽനിന്നു വ്യതിചലിക്കാതിരിക്കുവാനുള്ള ഉപദേശവുമാണുണ്ടായത്. ഇത്തരത്തിൽ ഒട്ടനവധി സംഭവങ്ങളുണ്ടായി. 20-8-1921 ന തിരൂരങ്ങാടിയിൽ പ്രശ്നങ്ങളുണ്ടാക്കിയത് 'അവിവേകിയായ കളക്ടർ' തോമസായിരുന്നു.

എംഎസ്.പിയും ഒറ്റപ്പാലത്തെപോലീസും പോലീസ് ഓഫീസർമാരും നിസ്സഹകരണ സമരക്കാരെ പ്രകോപിപ്പിച്ച് സമാധാനലംഘനവും അക്രമവും ഉണ്ടാക്കുകയും പിന്നീട് അവരോടു പ്രതികാരം ചെയ്യുകയും ഒടുവിൽ എല്ലാറ്റിന്റേയും ഉത്തരവാദിത്വം നിസ്സഹകരണപ്രസ്ഥാനത്തിന്റെ തലയിൽ കെട്ടിവയ്ക്കുകയും ചെയ്യാൻ ഗൂഢാലോചന നടത്തിയെന്ന് 11-5-1921 ലെ ഹിന്ദു (മദിരാശി) പത്രം റിപ്പോർട്ടു ചെയ്യുകയുണ്ടായി.

പറഞ്ഞും പറഞ്ഞുകേട്ടുമല്ലാതെ നേരിട്ടു ബോധ്യപ്പെട്ട റിപ്പോർട്ടിംഗ് മലബാർ കലാപവുമായി ബന്ധപ്പെട്ട് ഇല്ലായിരുന്നു. പ്രക്ഷോഭം തുടങ്ങിയതുതന്നെ കേട്ടുകേൾവിയുടെ അടിസ്ഥാനത്തിലായിരുന്നു. തിരൂരങ്ങാടിക്കടുത്ത് മമ്പുറത്ത് കടലുണ്ടിപ്പുഴയുടെ തീരത്തുള്ള 'മമ്പുറം ഖമാം' തകർത്തെന്ന ഒരു വാർത്ത കാട്ടുതീ പോലെ പെട്ടെന്നു പരന്നു. തിരൂരങ്ങാടിയിൽ ആയിരക്കണക്കിനാളുകൾ ഒത്തുകൂടി. പോലീസ് വെടിവച്ചു. നൂറുകണക്കിനാളുകൾ മരിച്ചു.

കലാപകാലത്ത് പ്രശ്നപ്രദേശം തികച്ചും പോലീസിന്റെ നിയന്ത്രണത്തിലായിരുന്നു. വാർത്താമാധ്യമങ്ങളെന്നു പറയാൻ നസ്രാണി ദീപികയും മലയാള മനോരമയും പിന്നെ മിതവാദിയുമാണുണ്ടായിരുന്നത്. അവർക്കു നേരിട്ടു വാർത്ത ശേഖരിക്കുവാനുള്ള സാഹചര്യം ഉണ്ടായിരുന്നില്ല. കമ്പിസന്ദേശമായി ലഭിച്ചിരുന്ന വാർത്തയുടെ ഉറവിടം

ജില്ലാ മജിസ്ട്രേറ്റായിരുന്നു. സമരത്തെ പ്രതികൂലിക്കുന്നവരുടെ നാവായിരുന്ന ജില്ലാ മജിസ്ട്രേറ്റും ജില്ലാ പോലീസ് സൂപ്രണ്ടും. അവരിൽനിന്നു ഇംഗ്ലീഷ് പത്രങ്ങൾക്കു ലഭിച്ച വാർത്തയുടെ വിവർത്തനമായിരുന്നു പൊടിപ്പും തൊങ്ങലുംവച്ച് മലയാളം പത്രത്തിൽ അച്ചടിച്ചുവന്നിരുന്നത്.

അഹിംസ നയമായി സ്വീകരിച്ച സമരസമിതിക്ക് അതു സമരവളണ്ടിയർമാരെ വേണ്ടത്ര ബോധ്യപ്പെടുത്താൻ കഴിഞ്ഞില്ല. അതാണ് നേതൃത്വത്തിനു സംഭവിച്ച പ്രധാനവീഴ്ച. അതുമറച്ചുവച്ചാണ് വർഗീയ ലഹളയെന്ന പ്രചാരണം. സമരം ബ്രിട്ടീഷുകാർക്കും ഭൂപ്രഭുക്കന്മാർക്കുമെതിരായിരുന്നു. അതുകൊണ്ടാണ് സർവശക്തിയും പ്രയോഗിച്ച് അതിനെ അടിച്ചൊതുക്കുവാൻ സർക്കാർ മുതിർന്നത്.

ഹിന്ദുമതത്തിൽ കൺവർഷൻ വിധിക്കപ്പെട്ടിട്ടില്ല. ആര്യസമാജക്കാർ മതം മാറ്റപ്പെട്ടവരെ തിരികെകൊണ്ടുവന്നു. എത്രപേരെ ഹിന്ദുമതത്തിലേക്കു തിരികെ കൊണ്ടുവന്നുവെന്നതിനു വ്യക്തമായ കണക്കൊന്നുമില്ല.

ഒരു കലാപം നടക്കുമ്പോൾ പ്രാണഭയംമൂലം ആളുകൾ വീടൊഴിഞ്ഞു പോവുക സ്വാഭാവികമാണ്. അതിന്റെ അടിസ്ഥാനത്തിൽ കലാപത്തെ വർഗീയമെന്നു മുദ്രചാർത്തുന്നതിൽ അർത്ഥമില്ല. കലാപപ്രദേശത്തെ മുഴുവൻ ഹിന്ദുക്കളും ഒഴിഞ്ഞുപോയതായി എങ്ങും രേഖപ്പെടുത്തപ്പെട്ടിട്ടില്ല. കലാപം അവസാനിച്ചപ്പോൾ അംഗങ്ങളെല്ലാം കൊല ചെയ്യപ്പെട്ട അനാഥ ബ്രഹ്മസ്വങ്ങളോ ഹിന്ദുഭവനങ്ങളോ അവശേഷിച്ചിരുന്നതായി പറയപ്പെട്ടിട്ടില്ല. കൊല്ലപ്പെട്ടവരുടെ എണ്ണമല്ലാതെ അവരുടെ വിവരങ്ങൾ ബോധ്യപ്പെടുത്തി വർഗീയ കലാപമായിരുന്നതെന്നു തെളിയിക്കാൻ ഹിന്ദു മുസ്ലീം വർഗീയ കലാപമെന്നു മുദ്ര കുത്തിയവർക്കു കഴിഞ്ഞിട്ടില്ല. ഇങ്ങനെ പരിശോധിക്കുമ്പോഴാണ് മലബാർ കലാപം ബ്രിട്ടീഷുകാർക്കും നമ്പൂതിരിജന്മിമാർക്കുമെതിരായ കർഷകപ്രക്ഷോഭമായിരുന്നുവെന്നും അത് സ്വാതന്ത്ര്യസമരത്തിന്റെ ഭാഗമായിരുന്നുവെന്നും പറയേണ്ടിവരുന്നത്.

ഇനി ദുരവസ്ഥയിലേയ്ക്ക്. ഖണ്ഡകാവ്യം ആരംഭിക്കുന്നത് ഇങ്ങനെയാണ്:

> 'മുമ്പോട്ടുകാലം കടന്നുപോയീടാതെ
> മുമ്പേ സ്മൃതികളാൽ കോട്ടകെട്ടി
> വമ്പാർന്നനാചാരമണ്ഡലച്ഛത്രരായ്
> നമ്പൂരാർവാണരുളുന്നനാട്ടിൽ...'

തുടർന്നു വായനക്കാരെ ഒരു പുലയക്കുടിലിലേക്കാണു കൂട്ടിക്കൊണ്ടു പോകുന്നത്. അതിനകത്ത്

'കാണുന്നനോക്കിൽ പുറമ്പോള നീങ്ങാതെ
ചേണുറ്റമിന്നുന്ന പൂവുപോലെ
കീറപ്പനമ്പായിലാരോമുഷിഞ്ഞൊരു
കൂറുപുതച്ചു കുനിഞ്ഞിരിപ്പൂ
നൂനമിവളിക്കുടിലിലിരിക്കിലും
ദീനയെന്നാലും ചെറുമിയല്ല.

അവൾ എങ്ങനെയാണ് ഈ കുടിലിൽ എത്തിപ്പെട്ടതെന്നു കവി തന്നെ പറയുന്നുണ്ട്

'ഭള്ളാർന്നദുഷ്ടമഹമ്മദന്മാർകേറി-
കൊള്ളയിട്ടാർത്തഹോതീ കൊളുത്തി
വെന്തുപോയോരുവമ്പിച്ച മനയ്ക്കലെ
സന്താനവല്ലിയാണിക്കുമാരി.
കൊള്ളക്കാരൊട്ടാളെ വെട്ടിക്കൊലചെയ്തും
'അള്ളാ' മതത്തിൽ പിടിച്ചുചേർത്തും
ഉള്ളിൽ നടക്കും തിരക്കിലിരുട്ടിലീ-
പ്പുള്ളിമാൻ കണ്ണിയാൾ ചാടിപ്പോന്നാൾ.'

ഇരമ്പുന്ന മനസ്സുമായി നായിക പറയുന്നതിനെ ഇങ്ങനെ സംഗ്രഹിക്കാം.

പതിവുപോലെ അത്താഴവും വായനയും കഴിഞ്ഞ് ഉറങ്ങാൻ കിടന്നു. താമസിയാതെ നിദ്രയിലാണ്ടു. ഘോരമായുള്ള ആരവം കേട്ടാണ് ഉറക്കത്തിൽനിന്നു ഞെട്ടിയുണർന്നത്. ജനലിലൂടെ വെളിയിലേക്കു നോക്കിയപ്പോൾ നടുങ്ങിപ്പോയി. തീവെട്ടികളും പന്തങ്ങളുമൊക്കെയായി എത്തിയ ആളുകൾ ബഹളം വയ്ക്കുന്നു. അവരുടെ പക്കൽ വാളും വാക്കത്തിയും തോക്കും വടിയും തുടങ്ങിയ മാരകായുധങ്ങളുണ്ട്. ഇരുമ്പുകമ്പിയുപയോഗിച്ച് ചിലർ അകത്തെ മതിൽ ഇടിച്ചു പൊളിക്കുന്നു. വേറെ ചിലർ കതകുകൾ മഴുകൊണ്ടു വെട്ടിപ്പൊളിക്കുന്നു. താക്കോലിനുവേണ്ടി കാര്യസ്ഥനെ അന്വേഷിക്കുകയാണു മറ്റു ചിലർ.

മനയ്ക്കലെയാളുകളെ കാണേണ്ട താമസം. അവരുടെ നേരെ നിറയൊഴിക്കുകയാണ്. വെടിയേറ്റു മരിച്ചവരുടെ ശവത്തിൽ ചവിട്ടിനിന്ന് അട്ടഹസിക്കുകയാണ്, അസഭ്യങ്ങൾ പറയുകയാണ്. ചിലർ ആർത്തുവിളിക്കുന്നു. കാര്യസ്ഥനെ കൈകൾ പിറകിൽ കെട്ടികുനിച്ചുനിർത്തി തല വെട്ടിയിട്ടു. മുറികളിൽനിന്നും പുറത്തുകടന്നവർ വെട്ടേറ്റും വെടിയേറ്റും നിലംപതിച്ചു. മുറ്റം ചോരക്കളമായി. അതിൽകിടന്നുപിടയ്ക്കുകയാണു

കബന്ധങ്ങൾ.

ഇതിനിടയില ചിലർ മുറിക്കകെത്തു കടന്ന് സ്ത്രീകളിൽ സാഹസം കാണിക്കാൻ തുടങ്ങി. മുടിക്കുചുറ്റിപ്പിടിച്ചുവലിച്ചിഴച്ച് പുറത്തേക്കു കൊണ്ടുവന്നു. ക്രൂരന്മാരുടെ കൈകളിൽ ഓരോ യുവതികൾ പിടയുന്ന കാഴ്ച ഓർക്കാൻ കഴിയുന്നില്ല. അഭിമാനികളായ തന്റെ മാതാപിതാക്കളെ കുനിച്ചുനിർത്തിയിരിക്കുന്നു. പൂട്ടിയിട്ടിരുന്ന അറ കുത്തിപ്പൊളിച്ച് പൊന്നും പണവും ആഭരണങ്ങളും വാരിയെടുത്ത് നേതാവിന്റെ മുന്നിൽ സമർപ്പിച്ചു. അതെല്ലാം അവർ വീതിച്ചെടുത്തു. ഇല്ലത്തിനു തീ കൊളുത്തി. എന്തുചെയ്യണമെന്നറിയാതെ പുറകുവശത്തുള്ള വാതിലിലൂടെ സാവിത്രി പുറത്തുകടന്നു. സർപ്പക്കാവിൽ കയറിയൊളിച്ചു. ദുഷ്ടന്മാർ തേവാരമന്ദിരവും അതിലെ ബിംബങ്ങളുമെല്ലാം നശിപ്പിച്ചു. തൊഴുത്തിൽനിന്ന് പശുക്കളെ കൊണ്ടുവന്നു മുറ്റത്തുനിർത്തി. അവയെ വെട്ടിക്കൊന്ന് ചോരമുറ്റത്തുവീഴ്ത്തി. അവരുടെ മുന്നിൽ തലകുനിച്ചു നില്ക്കേണ്ടിവന്ന മാതാപിതാക്കളെ രക്തം പുരണ്ട വാളുമായി ആടിനെ കശാപ്പുശാലയിലേക്കെന്നപോലെ എങ്ങോട്ടോകൊണ്ടുപോകുന്നതും സാവിത്രിക്കു കാണേണ്ടിവന്നു.

മലബാർ ലഹള കഴിഞ്ഞ് ആറുമാസം കഴിഞ്ഞാണ് മഹാകവി ഈ കാവ്യമെഴുതാൻ തുടങ്ങുന്നത്. ഇവിടെ സാവിത്രി പറഞ്ഞ കാര്യങ്ങളത്രയും നാട്ടിലെ ജനസംസാരമാണ്. അവരാരും കലാപം നേരിട്ടു കണ്ടവരല്ല. ജില്ലാ മജിസ്ട്രേറ്റും ജില്ലാ പോലീസ് മേധാവിയും നല്കിയ റിപ്പോർട്ടിന്റെ അടിസ്ഥാനത്തിലുള്ള പത്രവാർത്തകളാണ് നാട്ടിൽ പ്രചരിച്ചവാർത്തകൾക്കടിസ്ഥാനം.

നായന്മാർ തുടങ്ങി കീഴ്പ്പോട്ടുള്ള ജാതിയിൽപ്പെട്ടയാളുകളാണ് തൊപ്പിയിട്ടു താടി വളർത്തിവന്നിരിക്കുന്നവരെന്നു കവി എടുത്തുപറയുന്നുണ്ട്.

‘ആട്ടും, വിലക്കും, വഴിയാട്ടും മറ്റുമി-
ക്കൂട്ടർസഹിച്ചുപൊറുതിമുട്ടി
വിട്ടതാം ഹിന്ദുമതം-ജാതിയാൽ താനേ
കെട്ടുകഴിഞ്ഞ നമ്പൂരിമതം.
കേരളത്തിങ്കൽ മുസൽമാന്മാർ പശ്ചിമ-
പാരങ്ങളിൽ നിന്നുവൻകടലിൻ
ചീറും തിരകൾ കടന്നോ ഹിമാലയ-
മേറിയോവന്നവരേറെയില്ല
എത്രയോ ദൂരം വഴിതെറ്റിനില്ക്കേണ്ടോ-
രേഴച്ചെറുമൻ പോയ്തൊപ്പിയിട്ടാൽ
ചിത്രമവനെത്തിച്ചാരത്തിരുന്നിടാം

ചെറ്റും പേടിക്കേണ്ടാ നമ്പൂരാരേ
ഇത്രസുലഭവുമാശ്ചര്യവുമായി-
സ്സിദ്ധിക്കും സ്വാതന്ത്ര്യസൗഖ്യമെങ്കിൽ
ബുദ്ധിയുള്ളോരിങ്ങാശ്രേയസ്സപേക്ഷിച്ച
ബദ്ധരായ് മേവുമോ ജാതിജേലിൽ'

മാപ്പിളമാർ ചെയ്തതു തെറ്റതന്നെയാണ്. എന്നാൽ അതിന് അവരെ മാത്രം കുറ്റപ്പെടുത്താൻ കവി തയ്യാറല്ല. മുഗളന്മാർ ഇന്ത്യ ഭരിച്ചവരാണ്. അവരോടെതിർത്തുനില്ക്കാൻ ബ്രാഹ്മണർക്കാകുമായിരുന്നില്ല. അവരുടെ മതമാണല്ലോ ഇസ്ലാം. അതുകൊണ്ടാണ് ഇസ്ലാം മതവിശ്വാസികളോട് അയിത്തം ആവശ്യമില്ലെന്ന നിഗമനത്തിലെത്തിയത്. അതുപോലെയായിരുന്നു ക്രിസ്തുമതവിശ്വാസികളോടു സ്വീകരിച്ച സമീപനവും. ബ്രിട്ടീഷുകാർ ക്രിസ്തുമതവിശ്വാസികളായിരുന്നല്ലൊ. അവരുടെ പ്രീതിക്കുവേണ്ടി ക്രിസ്ത്യാനി തൊട്ടാൽ അശുദ്ധവസ്തു ശുദ്ധമാവുമെന്നുവരെ വിധിച്ചുകളഞ്ഞു ബ്രാഹ്മണമതം. ചാന്നാർ ലഹള പ്രസിദ്ധമാണല്ലൊ. ക്രിസ്തുമതം സ്വീകരിച്ച ക്രിസ്ത്യാനികൾ ശരീരം മാന്യമായി മറച്ചു. കേരളത്തിലെ സ്ത്രീകൾ പൊതുവെ അർദ്ധനഗ്നകളായിരുന്നു.അരയ്ക്കുമുളിൽ മറയ്ക്കേണ്ടതാണെന്ന ഒരു തോന്നാൽ പൊതുവെ ഉണ്ടായിരുന്നില്ലെന്നർത്ഥം. അങ്ങിനെയിരിക്കെയാണ് സുവിശേഷം സ്വീകരിച്ച ചാന്നാർ സ്ത്രീകൾ മാറുമറച്ച് മാന്യമായി പൊതുവഴിയിലൂടെ സഞ്ചരിക്കാൻ തുടങ്ങിയത്. ഇതുകണ്ടപ്പോൾ അവരെപ്പോലെ ആകർഷണീയമായി വസ്ത്രം ധരിച്ചു നടക്കണമെന്ന തോന്നൽ ഹിന്ദു നാടാർ സ്ത്രീകൾക്കുമുണ്ടായി. എന്നാൽ മനുസ്മൃതിയുമായി ഭരണം നടത്തുന്നവർക്ക് അതനുവദിക്കാൻ കഴിഞ്ഞില്ല. ആചാരലംഘനമായി വ്യാഖ്യാനിക്കപ്പെട്ടതാണതിനു കാരണം.

പാസ്റ്റർമാരുടെ കവലപ്രസംഗം കേട്ട് യേശുവിന്റെ മാർഗം സ്വീകരിച്ചിരുന്നത് വ്യക്തികളായിരുന്നു. അതുകൊണ്ട് ഒരേ വീട്ടിൽത്തന്നെ രണ്ടുമതവിശ്വാസികളുമുണ്ടായിരുന്നു. അതിൽ ഞായറാഴ്ച പള്ളിയിൽ പോകുന്ന സ്ത്രീകൾക്കുമാറുമറയ്ക്കാമായിരുന്നു. പോകാത്ത സ്ത്രീകൾക്കതു കഴിയുമായിരുന്നില്ല. അത് ചാന്നാർ സ്ത്രീകളിലുണ്ടാക്കിയ പ്രശ്നമാണ് മാറുമറയ്ക്കൽ പ്രക്ഷോഭത്തിലേക്കു നയിച്ചത്.

സർപ്പക്കാവിൽനിന്നും നേരം പുലരും മുമ്പേ പുറത്തുകടന്ന നായിക ഒരു പുതിയ ജന്മമായിരുന്നു. നായികയുടെ വാക്കുകൾ ആശാൻ കുറിക്കുന്നതിങ്ങനെ-

'അക്കിഴക്കേദിക്കു ശോണിതശോണനാ-
മർക്കനെപ്പെറ്റിടും മുമ്പുതന്നെ
അക്കാവിൻഗർഭത്തിൽ നിന്നുപുറത്തായ് ഞാൻ

രക്താർദ്രമായ പൂമേനിയോടും.

അതൊരു രണ്ടാം ജന്മമായിരുന്നു. അതാകട്ടെ പൂർവ ജന്മത്തിലെ സ്മരണകളുമായിട്ടായിരുന്നു. അവിടെനിന്നു രക്ഷപ്പെട്ട് ഓടിവരുമ്പോഴാണ് ഒരു മാപ്പിളപ്പള്ളി ശ്രദ്ധയിൽപെട്ടത്. അവിടെ നിന്നുച്ചത്തിൽ ക്കേട്ട കല്പന ഇപ്രകാരമായിരുന്നു.

വെള്ളക്കാരെച്ചട്ടൊട്ടുക്കുവിൻ ജന്മിമാ-
രില്ലമിടിച്ചു കുളം കുഴിപ്പിൻ
അള്ളായല്ലാതൊരുദൈവം മലയാള-
ത്തില്ലാതാക്കീടുവിനെന്തു ചെയ്തും.

പള്ളിയിൽ നിന്നുയർന്നുകേട്ടത് മാപ്പിള ലഹളയുടെ മുദ്രാവാക്യമാണ്. അതു വെള്ളക്കാർക്കെതിരാണ്. ജന്മിത്വത്തിനെതിരാണ്. അതോടൊപ്പം തന്നെ ഏകദൈവവിശ്വസത്തിലധിഷ്ഠിതവുമാണ്. ആ ദൈവമാകട്ട ഇസ്ലാം ദൈവവുമാണ്. അന്ധവിശ്വാസത്തിന്റെയും അനാചാരത്തിന്റെയും ഇരുട്ടറയിൽ ശുദ്ധവായുവും വെളിച്ചവുമില്ലാതെ ഉഴറിയിരുന്ന മലബാറിലെ താണ ജാതിക്കാർക്ക് സൂഫിവര്യന്മാരിലൂടെ ലഭിച്ച ശുദ്ധവായുവും സ്വാതന്ത്ര്യവുമായിരുന്നു അന്ന് ഇസ്ലാംമതം. സ്നേഹവും സാഹോദര്യവും അവർ അനുഭവിച്ചറിഞ്ഞത് ആ മതത്തിലൂടെയായിരുന്നു.

മഹാകവി ആഢ്യബ്രാഹ്മണന്റെ മച്ചകത്തുനിന്നും അന്തർജ്ജനത്തെ ഇറക്കിക്കൊണ്ടുവന്നത് ഇസ്ലാം മതത്തിൽ ചേർക്കുവാനായിരുന്നില്ല. ബ്രാഹ്മണസ്ത്രീയിൽ ശൂദ്രനു ജനിക്കുന്ന പ്രതിലോമ സന്താനത്തെ ചണ്ഡാലനെന്ന നികൃഷ്ടജന്മമെന്നു സ്മൃതികൾ വിധിക്കുമ്പോൾ അതിന്റെ നിരർത്ഥകത ബോധ്യപ്പെടുത്തു ന്നതിനുവേണ്ടി പുതിയൊരു ബ്രാഹ്മണ-ചണ്ഡാല സംയോഗത്തിന്നുള്ള വേദിയൊരുക്കുകയാണ് ദുരവസ്ഥ യിൽ മഹാകവി ചെയ്തത്. സാവിത്രി അന്തർജ്ജനത്തെക്കൊണ്ട് മഹാകവി പറയിപ്പിക്കുന്നതു നോക്കുക.

'ആഹാ! പുലയയുവാവേ! നിൻബുദ്ധിയും
സ്നേഹവും താഴ്മയുമൗദാര്യവും
ചാരിത്ര്യവുമറിയുന്നോർ ചണ്ഡാലനെ-
ന്നാരോർക്കുംനിന്നെ-ഹൃദയമുള്ളോർ'

മലബാറിൽനടന്ന മാപ്പിളലഹളയെപക്ഷം ചേർന്നു പുനരവതരിപ്പിക്കുവാനല്ല കുമാരനാശൻ ദുരവസ്ഥയെഴുതിയത്. കേരളത്തിൽ നിലനിന്ന ഉച്ചനീച്ചത്വങ്ങളെ തുറന്നു കാണിക്കുവാനാണ്. കലാപത്തിനടിസ്ഥാനമായ കാരണങ്ങൾ ഈ ഉച്ചനീചത്വങ്ങളിൽനിന്നാണെന്ന് മലയാളികളെ ബോധ്യപ്പെടുത്തുവാനാണ്. വിദ്യകൊണ്ടു

പ്രബുദ്ധരാവണമെന്ന സന്ദേശം പ്രചരിപ്പിക്കുന്നതിനുവേണ്ടി കൂടിയാണ്. ചാത്തന്റെ ദയനീയമായ സാമൂഹ്യപിന്നക്കാവസ്ഥയ്ക്കുള്ള കാരണം അന്തർജ്ജനം കണ്ടെത്തുന്നുണ്ട്. അതിനുള്ള പരിഹാരവും അന്തർജ്ജനം തീരുമാനിക്കുകയാണ്.

സംസ്കൃതമല്ലെങ്കിലും സദ്ഗുണമാർന്ന-
മസ്തിഷ്ക വെള്ളിത്തളികയിന്മേൽ
ശിക്ഷയിൽ സ്നേഹാക്തമായെഴും വർത്തിയി-
ലക്ഷരപ്പൊൻദീപം ഞാൻ കൊളുത്തും

കുമാരനാശാൻ ഇതു പറഞ്ഞിട്ട് ഒരു നൂറ്റാണ്ടായെങ്കിലും അവരെ നയിക്കുന്നവർക്ക് ഇനിയും അതു ബോധ്യമായിട്ടില്ല. പൂജ്യരായ വൈദികരുടെ നേരേ വിരൽ ചൂണ്ടിക്കൊണ്ട് അദ്ദേഹം അലറി.

'മാറ്റുവിൻ ചട്ടങ്ങളെ സ്വയ,മല്ലെങ്കിൽ
മാറ്റുമതുകളീനിങ്ങളെത്താൻ.'

നവോത്ഥാനാനന്തര കേരളം അതേറ്റെടുത്തു. ആ മൊഴി കേരളത്തിലെമ്പാടും ഇന്നും മാറ്റൊലി കൊള്ളുന്നു. തായാട്ടു ശങ്കരനെ ഉദ്ധരിക്കട്ടെ. 'ആശാൻ വിപ്ലവത്തിന്റെ ശുക്രനക്ഷത്രം.'

സ്ത്രീ സുരക്ഷയും സ്ത്രീധനവും

സമവയോരൂപരമണീയരായ സ്ത്രീപുരുഷന്മാരുടെ ഒത്തുചേരൽ ഭാരതീയരുടെ ദൃഷ്ടിയിൽ പ്രകൃതിപുരുഷമേളനമായിരുന്നു. വിവാഹം അവർക്കെന്നും നയനാനന്ദകരമാണ് ലോകജനത ആകെ ത്തന്നെയും വിവാഹത്തെ സന്തോഷാതിരേകത്തോടെയാണു നോക്കി ക്കാണുന്നത്. ഇക്കാര്യത്തിൽ പരിഷ്കൃത അപരിഷ്കൃതവ്യത്യാസമില്ല. സാമൂഹ്യവും സാമ്പത്തികവും സാംസ്കാരികവുമായി സമാനതകളുള്ള രണ്ടു കുടുംബങ്ങളുടെ പരസ്പരമുള്ള കൂടിച്ചേരലാണു ഭാരതീയർക്കു വിവാഹം. പരസ്പരം ഇഷ്ടപ്പെട്ട മനസ്സുകളുടെ ഒത്തുചേരാലായി അതു മാറിക്കൊണ്ടിരിക്കുന്നു.

ആർഷഭാരതത്തിൽ എട്ടുതരം വിവാഹങ്ങൾ നിലവിലുണ്ടായിരുന്ന തായാണ് പറയപ്പെടുന്നത്.

> 'ബ്രാഹ്മോ ദൈവസ്തഥൈവാർഷ:
> പ്രാജാപത്യസ്തഥാസുര:
> ഗാന്ധർവോരാക്ഷസശ്ചൈവ
> പൈശാചശ്ചാഷ്ടമോധമ'' (മനു - 3:21)

(ബ്രാഹ്മം, ദൈവം, ആർഷം, പ്രാജാപത്യം, ആസുരം, ഗാന്ധർവം, രാക്ഷസം, പൈശാചം എന്നീ വിവാഹങ്ങളിൽ എട്ടാമതായ പൈശാചം അധമമാകുന്നു.)

> 'പൈശാചികാഷ്ടമസ്തേഷാം
> തംവിദ്യാൽ കുലനാശനം

അശസ്തോതസ്സവിജ്ഞേയ:
പാപിഷ്ഠ: പാപിനാമപി.' (ശാങ്കരം - 2:3:3)

(ഇവകളിൽ എട്ടാമത്തേതായി പറയുന്ന പൈശാചം കുലനാശന ത്തെ ചെയ്യുന്നതാകുന്നു. പാപികൾക്കുപോലും പാപകരമായ അത് ചെയ്യരുതാത്തതാണെന്നറിയുക). മേൽ സൂചിപ്പിച്ച എട്ടുതരം വിവാഹ ങ്ങളെ ഇങ്ങനെ സംഗ്രഹിക്കാം.

1. ബ്രാഹ്മം: കന്യകയുടെ പിതാവു വരനെ ക്ഷണിച്ചുവരുത്തി യഥാവിധി സൽക്കരിച്ചശേഷം സർവാഡംബര വിഭൂഷിതയായ തന്റെ മകളെ അയാൾക്കുദാനം ചെയ്യുന്നതാണു ബ്രാഹ്മം.
2. ദൈവം:കന്യകയുടെ പിതാവു നടത്തുന്ന യജ്ഞത്തിന്റെ പരിസമാ പ്തിയിൽ യജമാനൻ ഋത്വിക്കിന് തന്റെ മകളെ നല്കുന്നു. അതത്രേ ദൈവം.
3. ആർഷം: വരൻ കന്യകയുടെ പിതാവിന് ഒരു കാളയെയും ഒന്നോ രണ്ടോ പശുവിനെയും നല്കി സന്തോഷപൂർവം കന്യകയെ സ്വീക രിക്കുന്നു. ഇതിനുപകരത്തിനുപകരമെന്ന ഒരു ദോഷം ഉള്ളതായി മഹർഷിമാർക്കിടയിൽ അഭിപ്രായമുണ്ട്. അതിനെ ഒരു ചടങ്ങായി കാണുന്നവരും ഇല്ലാതില്ല.
4. പ്രാജാപത്യം: കാലാനുസൃതമായ മാറ്റങ്ങളോടെ ഇന്നു നിലവിലു ള്ളത് ഈ രീതിയിലുള്ള വിവാഹമാണെന്നുപറയാം. കന്യകയെ യും വരനെയും വേദിയിൽ സല്കരിച്ചിരുത്തുന്നു. നിങ്ങൾ ഇരുവരും ചേർന്നു ധർമാചരണം നടത്തുവിൻ എന്ന് ആശീർവദിച്ച് പിതാവ് തന്റെ മകളെ വരനു നൽകുന്നു.
5. ആസുരം: കന്യകയ്ക്കും പിതാവിനും യഥേഷ്ടം ധനം നല്കി അവരെ സന്തോഷിപ്പിച്ചശേഷം കന്യകയെ വരൻ സ്വീകരിക്കുന്നതാണ് ആസുരം. കന്യകയുടെ സൗന്ദര്യവും വരന്റെ ധനപുഷ്ടിയും ഇഷ്ടപ്പെ ട്ടതിനെ സ്വന്തമാക്കാനുള്ള ത്വരയും മറ്റു പലതും ഇവിടെ ഘടകങ്ങ ളാവാം. ഇത്തരത്തിലുള്ള വിവാഹങ്ങൾ അപൂർവമായാണെങ്കിലും ഇന്നും നടന്നുവരുന്നുണ്ട്.
6. ഗാന്ധർവം: കന്യകയും വരനും തമ്മിൽ കണ്ട് അന്യോന്യം ഇഷ്ടപ്പെ ടുന്നു. തങ്ങൾക്കു വേർപിരിയാൻ സാധ്യമല്ലെന്ന നിഗമനത്തിൽ ഇരുവരും എത്തിച്ചേരുന്നു. മാതാപിതാക്കളുടെയോ ബന്ധുക്കളു ടെയോ അഭിമതത്തിനു കാത്തുനില്ക്കാതെ ഇരുവരും മാത്രമറിഞ്ഞു നടത്തുന്ന വിവാഹമാണു ഗാന്ധർവം. പ്രണയവിവാഹമെന്നനില യിൽ ഇന്നും ഇതുകണ്ടുവരുന്നു.

7. രാക്ഷസം: വരന് ഒരു കന്യകയെ ഇഷ്ടപ്പെട്ടാൽ അവളെ സ്വന്തമാക്കണമെന്നു തോന്നിയാൽ,ഒടുവിൽ സ്വന്തമാക്കാൻ തന്നെ തീരുമാനിക്കുന്നു. കന്യകയുടെയൊ അവളുടെ മാതാപിതാക്കളുടെയോ ഇഷ്ടാനിഷ്ടങ്ങൾക്കിവിടെ പ്രസക്തിയില്ല. ഒറ്റയ്ക്കോ കൂട്ടായോ ചെന്ന് കന്യകയെ സ്വീകരിക്കുക. അതിനിടയിൽ അനിഷ്ടങ്ങൾ സംഭവിക്കാം. വരന്റെ പേശിബലപ്രധാനമായ ഇതിനെയാണു രാക്ഷസമെന്നു വിശേഷിപ്പിച്ചിരിക്കുന്നത്.

8. പൈശാചികം: ഇഷ്ടപ്പെട്ട കന്യക ഉറക്കത്തിലായിരിക്കുമ്പോഴോ മദ്യപാനാദിലഹരിയിലോ മറ്റോ ആലസ്യത്തിലാണ്ടിരിക്കുമ്പോഴോ പ്രാപിച്ച് സ്വന്തമാക്കുന്ന അപരിഷ്കൃതവും സംസ്കാരരഹിതവുമായി കണക്കാക്കപ്പെടുന്ന രീതിയത്രെ പൈശാചികം. അപൂർവമായെങ്കിലും ഇത് ഇന്നും നിലവിലില്ലെന്നു പറയാൻ കഴിയില്ല.

രക്തബന്ധമുള്ളവർ തമ്മിലുള്ള വിവാഹത്തെ അവർ അംഗീകരിച്ചിരുന്നില്ല. രക്തബന്ധമെന്നതിനു സപിണ്ഡതയെന്നവാക്കാണവർ ഉപയോഗിച്ചിരുന്നത്. സപിണ്ഡിയടിയന്തിരം മരണാനന്തരചടങ്ങായി ഇന്നും നടത്തിവരാറുണ്ടല്ലൊ. താനുൾപ്പെടെ ആറുതലമുറവരെ പിറകോട്ടു സപിണ്ഡികകളായി കണക്കാക്കപ്പെട്ടിരുന്നു. ഏഴാം തലമുറയുടെ പരമ്പരയിൽ നിന്നും വിവാഹബന്ധമാകാമെന്നർത്ഥം. വാല്മീകിരാമായണത്തിൽ വിവാഹചടങ്ങുകൾ തുടങ്ങുന്നതിനുമുമ്പായി ഇരുഭാഗത്തുള്ളവരും കുലപാരമ്പര്യം പ്രസ്താവിക്കുന്നത് ഇവിടെ സ്മരണീയമാണ്. ഒരേഗോത്രത്തിൽപ്പെട്ടവർ പരസ്പരം വിവാഹിതാരാകുന്നതിനുണ്ടായിരുന്നു വിലക്ക്. 'സമാനജാതി' സ്ത്രീപുരുഷന്മാർ തമ്മിലുള്ള വിവാഹത്തിനുമാത്രമേ 'പാണിഗ്രഹണ സംസ്കാരം' പാലിക്കേണ്ടതുള്ളൂ. അതിന്റെ തുടർച്ചയാണ് ഇന്നും തുടരുന്ന 'സപ്തപദി'. വരൻ വധുവിന്റെ കരംഗ്രഹിച്ച് ഏഴു ചുവടു നടക്കുന്നതുകൊണ്ടാണ് അതിന് ആ പേർ വന്നത്.

വിവാഹിതയാകാൻ പോകുന്ന കന്യകയുടെ പ്രായം കണക്കാക്കുന്നത് വയസ്സിന്റെ അടിസ്ഥാനത്തിലല്ല. ഋതുമതിയാകുന്നതിനുമുമ്പ് എന്നതാണ്. ലൈംഗിക അരാജകത്വം നിലനിന്നിരുന്ന ഒരു കാലമായിരുന്നുവല്ലൊ അത്. എന്നാൽ അതിനുപറയുന്ന ന്യായം മറ്റൊന്നാണ്. പ്രഥമാർത്തവത്തോടുകൂടിത്തന്നെ സ്ത്രീക്കു സന്തത്യുദ്പാദനത്തിനുള്ള അവകാശം പ്രകൃതിനല്കിയിട്ടുള്ളതാണ്. അതുകൊണ്ട് അതിനുമുമ്പുതന്നെ അനുരൂപനായ വരനെ കണ്ടെത്തി മകളുടെ വിവാഹം നടത്തിക്കൊടുക്കേണ്ടത് പിതാവിന്റെ കർത്തവ്യമാണ്. അതു നിറവേറ്റാത്ത, പിതാവിനു വിവാഹവേളയിൽ വരനിൽനിന്നു ലഭിക്കേണ്ട

'കന്യാശുല്ക്ക'ത്തിന് അവകാശമില്ല. വധുവരൻമാരുടെ പ്രായത്തെ സംബന്ധിച്ചാണെങ്കിൽ വരന്റെ പ്രായത്തിന്റെ മൂന്നിലൊന്നാണ് കന്യ കയുടെ പ്രായം. അനുരൂപനായ വരൻ ആവശ്യപ്പെട്ടാൽ പെൺകുട്ടിക്ക് ആർത്തവപ്രായമായിട്ടില്ലെങ്കിൽപോലും വിവാഹം നടത്തിക്കൊടുക്കു ന്നതിനു പിതാവിനു നിയപരമായ തടസ്സമില്ല തന്നെ.

പുരുഷനെ സംബന്ധിച്ചിടത്തോളം പ്രഥമവിവാഹം സമാനജാതി യിൽ നിന്നായിരിക്കണം. കാരണം അവളിൽ ജനിക്കുന്ന പ്രഥമപുത്ര നാണ് 'പുത്' എന്നു പേരുള്ള നരകത്തിൽനിന്നും തന്നെ ത്രാണനം ചെയ്യുന്നത്. അതുകൊണ്ടാണ് അവനെ പുത്രൻ എന്നു വിളിക്കുന്നത്. സത്യത്തിൽ പിതാവും പുത്രനും ഒന്നുതന്നെയാണുപോലും! പുരുഷന്റെ ബീജം സ്ത്രീയിലൂടെ കടന്നു പുത്രരൂപത്തിൽ പുറത്തു വരുന്നു. അത്രതന്നെ. അങ്ങനെ ഭർത്താവിനെ വീണ്ടും ജനിപ്പിക്കുന്നവളായതുകൊണ്ടാണ് ഭാര്യയെ 'ജായ' യെന്നു വിളിക്കുന്നത്. സജാതീയയായ പ്രഥമഭാര്യയിൽ പുത്രോദ്പാദനം നടക്കുന്നതോടെ പുരുഷന്റെ ജന്മംസഫമായി. വീണ്ടും ഉണ്ടാവുന്ന പുത്രൻ രതിജന്യനാണ് 'കാമരാജൻ!' ദായക്രമത്തിൽ പ്ര ഥമപുത്രനാണ് ശേഷക്കാരൻ. പിതാവിന്റെ ദേഹവിയോഗാനന്തരം പിതാവിന്റെ സ്ഥാനം പ്രഥമപുത്രനു തന്നെ. അനുജന്മാരെ അയാൾ സ്വന്തം പുത്രന്മാരെപ്പോലെ കരുതി സംരക്ഷിക്കണം, പിതാവിന്റെ മരണാനന്തരം സ്വത്തു ഭാഗം ചെയ്യണമെന്നു മറ്റു പുത്രൻമാർക്കാഗ്രഹ മുണ്ടെങ്കിൽ ആവാം. അപ്പോഴും മുന്തിയഭാഗം പ്രഥമപുത്രനുള്ളതാണ്. (പെൺമക്കൾക്ക് പിതാവിന്റെ മരണാനന്തരം സ്വത്തിന്റെ വീതം നല്കേണ്ടതില്ല. കാരണം പുരുഷൻ ബീജവും സ്ത്രീ ക്ഷേത്ര(വയൽ) വുമാണ്. വിത്തു മുളപ്പിച്ചുവിളയിച്ചെടുക്കുന്നതിനുള്ള വയൽ. വയൽസം രക്ഷണം കർഷകന്റെ ഉത്തരവാദിത്തമാണല്ലൊ. അവളുടെ കാര്യം അവളുടെ ഭർത്താവ് നോക്കിക്കൊള്ളും!

കർഷകനും വയലും തമ്മിലുള്ള ബന്ധമാണ് ഭാര്യാഭർതൃബന്ധം. അതുകൊണ്ട് ഭർത്താവിന്റെ മരണശേഷം ഭാര്യ ജീവിച്ചിരിക്കുന്നതിൽ അർത്ഥമില്ല. ഭർത്താവിന്റെ അന്ത്യസംസ്കാരത്തിൽ അവൾക്കും പങ്കാളിയാകാവുന്നതാണ്. അതാണ് ചരിത്രത്തിലെ പ്രസിദ്ധമായ 'സതി'. സതി അനുഷ്ഠിച്ച് ഭർത്താവിനെ നയിച്ചുകൊണ്ടു സ്വർഗത്തിലെ ത്തുന്ന പതിവ്രത കൂടുതൽ പരിഗണയർഹിക്കുന്നു. ഭാര്യ മരണപ്പെട്ടാൽ ഭർത്താവ് ഉടനെ അന്ത്യേഷ്ടി (ശവസംസ്കാരയജ്ഞം) നടത്തണം. അതിനുശേഷം ഉടനെ മറ്റൊരു സ്ത്രീയെ വിവാഹം ചെയ്തു ദാമ്പത്യം തുടരണം.

പിതാവിന്റെ സ്വത്തിനു മകൾ അവകാശിയല്ലാതിരുന്ന കാലഘട്ടത്തിലെ വിവാഹാലോചനയുടെ ചിത്രം ഇങ്ങനെ:

'ശ്രുതമിച്ഛന്തിപിതര:
ധനമിച്ഛന്തിമാതര:
ബാന്ധവാ: കുലമിച്ഛന്തി
രൂപമിച്ഛന്തികന്യകാ:'

(പിതാവിനെ സംബന്ധിച്ചിടത്തോളം മകളുടെ ഭർത്താവായിവരുന്നയാൾ പ്രശസ്തനായിരിക്കണം. അമ്മയാകട്ടെ അയാൾ ധനമുള്ളവനായിരിക്കണമെന്നു ചിന്തിക്കുന്നു. കന്യകയുടെ ബന്ധുക്കളെ സംബന്ധിച്ചിടത്തോളം അയാളുടെ കുലമഹിമയാണു ചിന്താവിഷയം. എന്നാൽ കന്യക ആഗ്രഹിക്കുന്നത് അയാൾ സുന്ദരനായിരിക്കണമെന്നാണ്) വരനെ നിശ്ചയിക്കുന്നതിൽ കന്യകയ്ക്കു അക്കാലത്തു യാതൊരു പങ്കുമില്ലായിരുന്നുവെന്നുമോർക്കണം.

ആർത്തവാനന്തരം നിശ്ചിതദിവസങ്ങളിൽ സേകം നടത്തിയാൽ ആൺകുട്ടിയുണ്ടാകുമെന്നും പെൺകുട്ടിയുണ്ടാകുമെന്നും യോഗിവര്യന്മാരായ മഹർഷിമാർക്കു നല്ല നിശ്ചയമുണ്ടായിരുന്നു. പലപ്പോഴും അതിനു വിരുദ്ധമായും സംഭവിച്ചിരുന്നു. അതിനുള്ള കാരണവും അവർക്കറിയാമായിരുന്നു. പുരുഷബീജങ്ങളാണു കൂടുതൽ സ്രവിക്കുന്നതെങ്കിൽ പുരുഷപ്രജയും സ്ത്രീബീജങ്ങളാണ് കൂടുതലെങ്കിൽ സ്ത്രീപ്രജയും രണ്ടും തുല്യമാണെങ്കിൽ നപുംസകപ്രജയും ജനിക്കുമെന്ന് അവർ തിരിച്ചറിഞ്ഞിരുന്നു. ഇതു സംഭവിക്കുന്നതു സ്ത്രീശരീരത്തിനകത്തു വച്ചാകയാൽ ഇഷ്ടസന്താനലബ്ധിയ്ക്കു മറ്റൊരു സ്ത്രീയെ വിവാഹം ചെയ്ത് അവളിൽ സേകം നടത്തണമെന്ന് ഉത്തമബോധ്യമുണ്ടായിരുന്നു അവർക്ക്. അതുകൊണ്ട് സ്ത്രീ സന്താനങ്ങൾ മാത്രമുള്ള കുടുംബത്തിൽ നിന്നും കന്യകയെ സ്വീകരിക്കുന്നതിനെ അവർ വിലക്കിയിരുന്നു.

പതിവ്രതയായ ഭാര്യ എങ്ങനെയുള്ളവളായിരിക്കണമെന്നതിനെ സംബന്ധിച്ച് ഇങ്ങനെ സംഗ്രഹിക്കാം

കാര്യേഷുമന്ത്രീകരണേഷുദാസീ
രൂപേഷുലക്ഷ്മീക്ഷമയാധരിത്രീ
സ്നേഹേഷുമാതാശയനേഷുവേശ്യാ
ഷട്കർമനാരീകുലധർമപത്നീ.

പ്രതിവ്രതയായ സ്ത്രീ ആചരിക്കേണ്ടത് ആറുകാര്യങ്ങളാണ്. ഭർത്താവ് രാജാവാണെന്നു സങ്കല്പിച്ചാൽ മന്ത്രിയുടെ സ്ഥാനമാണു ഭാര്യക്കുള്ളത്. ഓരോ കാര്യങ്ങൾ ആലോചിച്ചു തീരുമാനമെടുക്കുന്ന കാര്യത്തിൽ ഭാര്യ ഒരു മന്ത്രിയാണ്. കുടുംബകാര്യങ്ങൾ നിർവഹിക്കുന്ന കാര്യത്തിൽ

ദാസിയാണ്. കാഴ്ചയ്ക്ക് ഐശ്വര്യവും സൗന്ദര്യവുമുള്ളവളായിരിക്കണം. (ഇവിടെ ധർമമെന്തെന്നു ചോദിക്കരുത്) ക്ഷമയുടെ കാര്യത്തിൽ ഭൂമീദേവിയായിരിക്കണം. സ്നേഹത്തിന്റെ കാര്യത്തിൽ മാതാവായിരിക്കണം. ഉറക്കറയിൽ വേശ്യയായിരിക്കണം). ഇത്തരത്തിൽ ധർമങ്ങൾ പുരുഷന്മാർക്കു ആർഷഭാരതമം വിധിച്ചിരുന്നില്ലെന്നുകൂടി ഓർക്കണം.

പെൺകുട്ടികളെ സംബന്ധിച്ചിടത്തോളം വിവാഹം വരെ പിതൃഗൃഹവും വിവാഹാനന്തരം ഭർതൃഗൃഹവും സന്തംഗൃഹം. അതായിരുന്നു അവസ്ഥ. ജീവിതായോധനം പ്രശ്നസങ്കീർണായിരുന്നില്ല. സൗകര്യങ്ങൾ പരിമിതമായിരുന്നു. അതുകൊണ്ടു തന്നെ ആവശ്യങ്ങളും. പുരുഷൻ അധ്വാനിച്ച് ഭാര്യയെയും മക്കളെയും പോറ്റുക. അതായിരുന്നു സങ്കല്പം. അതിനകത്തു പ്രാപ്തിയായിരുന്നു പ്രധാനയോഗ്യത. കുടുംബത്തിലെ അംഗങ്ങളെയെല്ലാം ഒരുപോല സ്നേഹിക്കുകയും സമാധാനപരമായ കുടുംബാന്തരീക്ഷം നിലനിർത്താൻ ശ്രമിക്കുകയും ചെയ്യുന്ന ഒരു പെൺകുട്ടി. അത്രയേയുണ്ടായിരുന്നുള്ളൂ വധുവിനെക്കുറിച്ചുള്ള സങ്കല്പം. വധുവിനെ സംബന്ധിച്ചിടത്തോളം പിതാവിന്റെ തണലിൽ നിന്നു ഭർത്താവിന്റെ സംരക്ഷണയിലേക്കുള്ള ഒരു കൂടുമാറ്റമായിരുന്നു വിവാഹം.

വ്യാവസായിക വിപ്ലവം ലോകത്തെയാകെ മാറ്റിമറിച്ചു. ജീവിതസൗകര്യങ്ങൾ വർദ്ധിപ്പിച്ചു. അതനുസരിച്ച് ആവശ്യങ്ങൾകൂടി. ഒരാളുടെ വരുമാനത്തെമാത്രം ആശ്രയിച്ചു കുടുംബച്ചെലവുകൾ നടത്തിക്കൊണ്ടുപോവുക പ്രയാസമായി വന്നു. സ്ത്രീകളുടെ അധ്വാനം കൂടി ജീവസന്ധാരണത്തിന് ആവശ്യമാകുന്ന സാഹചര്യമുണ്ടായി. ആഭിജാത്യം പലപ്പോഴും സ്ത്രീകളുടെ വീടിനു വെളിയിലിറങ്ങിയുള്ള അധ്വാനത്തിനു തടസം സൃഷ്ടിച്ചു. ഭാര്യവീട്ടുകാരുടെ സഹകരണം പ്രതീക്ഷയ്ക്കനുസരിച്ചു ലഭിക്കാത്ത അവസ്ഥയുണ്ടായി. അതിന്റെ പരിണിതഫലം തോളൊപ്പമുണ്ടെങ്കിലേ ചങ്ങാത്തമുള്ളൂവെന്ന തിരിച്ചറിവായിരുന്നു. സാമൂഹ്യനിയമം പിതാവിന്റെ സ്വത്തിനുള്ള അവകാശം മകനായിരുന്നുവല്ലൊ. ഇത് വിവാഹത്തോടൊപ്പം അല്പം സാമ്പത്തികസഹായംകൂടി വധൂഗൃഹത്തിൽനിന്നു ലഭിക്കുന്നതു നന്നായിരിക്കുമെന്ന ചിന്തയിലേക്ക് വരന്മാരെ നയിച്ചു. സമൂഹം അതിനോട് അനുകൂലമായി പ്രതികരിച്ചതോടെ അതൊരു സാമൂഹിക ആചാരമായി മാറി. അത് സ്ത്രീധന സമ്പ്രദായത്തിലേക്കും പടിപടിയായി വിലപേശാവുന്ന ദുരാചാരത്തിലേക്കും വളർന്നു. ഇന്ന് അതിന്റെ ബീഭത്സരൂപമാണു നാം കണ്ടുകൊണ്ടിരിക്കുന്നത്. നിയമത്തിനോ കോടതിക്കോ പോലീസിനോ മാത്രം ഇവിടെ ഒന്നും ചെയ്യാൻ കഴിയുകയില്ല. സാമൂഹ്യമായ ബോധവല്ക്കരണം തന്നെ നടക്കണം.

പ്രത്യേക വിവാഹനിയമം- 1954 ആണ് സ്വതന്ത്രഭാരതത്തിലെ ആദ്യത്തെ വിവാഹനിയമം. (Special Marriage Act - 1954) ജാതിയോ മതമോ ഗോത്രമോ ആചാരമോ അനുഷ്ഠാനമോ കണക്കിലെടുക്കാതെ സ്ത്രീപുരുഷന്മാർക്കു പരസ്പരം വിവാഹിതരാകാനുള്ള നിയമമാണ് അത്. തുടർന്ന് ഹിന്ദുവിവാഹനിയമം, മുസ്ലീം വിവാഹനിയമം, ക്രിസ്ത്യൻ വിവാഹനിയമം എന്നിങ്ങനെ വിവിധ വിവാഹനിയമങ്ങളുണ്ടായി.

1829ൽ ബ്രിട്ടീഷ് സർക്കാർ 'സതി' സമ്പ്രദായം നിരോധിച്ചുകൊണ്ടുള്ള നിയമനിർമാണം നടത്തി. സ്വാതന്ത്ര്യ പ്രാപ്തിക്കുശേഷം ഉത്തരേന്ത്യയിൽ പല സ്ഥലത്തും സതി അരങ്ങേറുന്നതു നമുക്കു കാണേണ്ടിവന്നു. നൂറുവർഷം തികയുമ്പോൾ മറ്റൊരു നിയമം അവർ നടപ്പിലാക്കി. ശൈശവ വിവാഹ നിരോധന നിയമം (Marriage Restraint Act - 1929). അതനുസരിച്ചു നിശ്ചയിക്കപ്പെട്ട വിവാഹപ്രായം പുരുഷന്മാർക്കു 18 വയസ്സും സ്ത്രീകൾക്കു 14 വയസ്സുമായിരുന്നു. ഇവ കൂടാതെ ഹിന്ദുവിവാഹനിയമം, പെൺശിശുഹത്യാനിരോധനനനിയമം, ബഹുഭാര്യത്വനിരോധനനിയമം എന്നിത്യാദി ഒട്ടേറെ നിയമങ്ങൾ സ്ത്രീസുരക്ഷയെക്കരുതി ബ്രിട്ടീഷുകാർ നടപ്പിലാക്കി.

1954 ലെ Special Marriage Act അനുസരിച്ചു പുരുഷന്റെ വിവാഹപ്രായം 21 വയസ്സും സ്ത്രീയുടേതു 18 വയസ്സുമാണ്. അതിന്റെ ചുവടുപിടിച്ചാണ് സ്ത്രീസുരക്ഷയുമായി ബന്ധപ്പെട്ട നിയമങ്ങൾക്ക് ഇന്ത്യ രൂപം കൊടുത്തതെന്നു പൊതുവെ പറയാമെങ്കിലും മുസ്ലീം വിവാഹനിയമം 1929 ലെ ശൈശവവിവാഹനിരോധനനിയമത്തെയാണു പിന്തുടർന്നത്. അതനുസരിച്ച് പ്രായപൂർത്തി വിവാഹപ്രായം 15 വയസ്സായി നിജപ്പെടുത്തി. എന്നാൽ 1978 ലെ ശൈശവ വിവാഹനിരോധനനിയമമനുസരിച്ച് ഇന്ത്യയിലെ മുഴുവൻ ജനങ്ങളുടെയും പ്രായപൂർത്തിവിവാഹ പ്രായത്തിൽ ഏകീകരണമുണ്ടായി. പുരുഷന്മാർക്ക് 21 വയസ്സും സ്ത്രീകൾക്ക് 18 വയസ്സും പൂർത്തിയായിരിക്കണം.

ലോകത്തിലെ ഏറ്റവും വലിയ ഭരണഘടന ഇന്ത്യയുടേതാണ്. അതുകൊണ്ടായിരിക്കാം ഏറ്റവും കൂടുതൽ ഭേദഗതികൾ ഉണ്ടായിട്ടുള്ളതും അതിന്മേലാണ്. 1961-ൽ സ്ത്രീധനനിരോധനനിയമം നിലവിൽവന്നു. സ്ത്രീധനം ചോദിക്കുന്നതും വാങ്ങുന്നതും മാത്രമല്ല കൊടുക്കുന്നതും നിയമാനുസൃതം കുറ്റകരമായി. വേണ്ടത്ര അവധാനതയില്ലാതെ ആരുടെയെല്ലാമോ പ്രേരണകൊണ്ട് പടച്ചുയുണ്ടാക്കിയ ആ നിയമം പല്ലില്ലാത്ത സിംഹമായിപ്പോയി. പരാതിക്കാരൻ അകത്താകുന്ന അവസ്ഥ. 1983-ൽ സ്ത്രീധനവുമായി ബന്ധപ്പെട്ട ക്രൂരതയും സ്ത്രീധനമരണവും ആത്മഹത്യയ്ക്കു പ്രേരിപ്പിക്കലും കുറ്റകൃത്യങ്ങളായി സ്ഥാപിക്കപ്പെട്ടതോടെ യാണ്

സ്ത്രീധനവിരുദ്ധ നിയമത്തിന് ജീവൻവച്ചത്. ക്രിസ്ത്യാനി, പാർസി, മുസ്ലീം, ജൂതൻ എന്നിവരൊഴികെയുള്ള എല്ലാവർക്കും ബാധകമായ ഹിന്ദുവിവാഹനിയമമനുസരിച്ച് മാതാവിന്റെ മൂന്നു തലമുറയിൽപ്പെട്ടവരും പിതാവിന്റ അഞ്ചുതലമുറയിൽപ്പെട്ടവരം സപിണ്ഡികളാണ്. രക്തബന്ധമുള്ളവരാകയാൽ അവർ തമ്മിലുള്ള ബന്ധത്തിനു വിലക്കുണ്ട്. എന്നാൽ ആചാരങ്ങൾക്കും കീഴ് വഴക്കങ്ങൾക്കും ഈ വിലക്ക് ബാധകമല്ലെന്നു വന്നതോടെ അമ്മയുടെ ആങ്ങളയുടെ മകളെ കെട്ടുന്നതും പെങ്ങളുടെ മകളെ കെട്ടുന്നതുമെല്ലാം നിയമവിധേയമായി.

ആഹാരം, വസ്ത്രധാരണം, ആചാരം, അനുഷ്ഠാനം, വിശ്വാസം, കീഴ് വഴക്കം, സംസാരഭാഷ, സംസ്കാരം തുടങ്ങിയ കാര്യങ്ങളിൽ മറ്റു രാജ്യങ്ങളുമായി തട്ടിച്ചുനോക്കുമ്പോൾ ഭാരതം വ്യത്യസ്തമാണ്. പരസ്പര വൈരുദ്ധ്യങ്ങളും വൈചിത്ര്യങ്ങളും വൈവിധ്യങ്ങളും ജീവിതരീതിയിൽത്തന്നെ പ്രസ്പഷ്ടമാണ്. ഈ പ്രത്യേകതകളെല്ലാം നിലനില്ക്കുമ്പോഴും സ്ത്രീയെക്കുറിച്ചുള്ള ധാരണ ഏതാണ്ട് പഴയതുതന്നെയാണ്, സ്ത്രീകൾ പറിച്ചുനടപ്പെടേണ്ടവരാണ്. മറ്റൊരു സ്ഥലത്തു പറിച്ചുനട്ട് അവിടെ വളർത്തിയെടുക്കുന്നതിനുവേണ്ടി പാകി മുളപ്പിച്ചുണ്ടാക്കിയ തൈകൾ മാത്രമാണ് സ്വന്തം ഭവനങ്ങളിൽ പെൺകുട്ടികൾ. അവരെ എത്രയും നേരത്തേ പറഞ്ഞയയ്ക്കുന്നുവോ അത്രയും നേരത്തെ മാതാപിതാക്കൾക്കും സഹോദരങ്ങൾക്കും സ്വസ്ഥത കൈവരും. ഈ ധാരണ മാറണം.

ദായക്രമത്തിൽ മാറ്റം വരണം. മക്കത്തായത്തിൽ അച്ഛന്റെ സ്വത്ത് മകന്. മരുമക്കത്തായത്തിൽ അമ്മാവന്റെ സ്വത്ത് മരുമകന്. ആൺമക്കളെയും പെൺമക്കളെയും ഒരുപോലെ കാണാൻ മാതാപിതാക്കൾക്കാകണം. മൂത്ത പുത്രൻ താൻ തന്നെയാണെന്നും തന്റെ മരണശേഷം അനന്തരകർമ്മം ചെയ്ത് തന്നെ നരകത്തിൽ വീഴാതെ സംരക്ഷിക്കുന്നത് അയാളാണെന്നുമുള്ള വിശ്വാസം തെറ്റാണ്. എല്ലാ മക്കളും തന്നിൽനിന്നു തന്നെയാണു ജനിക്കുന്നത്. പിതാവുമാത്രമല്ല മാതാവും നരകത്തിൽ വീഴാതെ രക്ഷപ്പെടേണ്ടതുണ്ട്.

മാതാവും പിതാവും ഉൾപ്പെടുന്നതാണു കുടുംബം. ഓരോ കുടുംബത്തിന്റെയും അഭിവൃദ്ധി ഓരോ കുടുംബാംഗത്തിന്റെയും സഹകരണം കൊണ്ടുണ്ടാകുന്നതാണ്. കൂട്ടായ പരിശ്രമമാണവിടെയുണ്ടാകുന്നത്. അതുകൊണ്ടു കുടുംബനാഥൻ ഉണ്ടാക്കുന്ന സ്വത്ത് അയാളുടെ വ്യക്തിപരമായ സ്വത്തായി കണക്കാക്കി അയാൾക്കിഷ്ടംപോലെ നല്കാമെന്നു വരുന്നത് പുനഃപരിശോധനയ്ക്കു വിധേയമാകണം. കുടുംബനാഥനുണ്ടാക്കുന്ന സ്വത്ത് കുടുംബത്തിന്റെ മൊത്തം സ്വത്താണ്. കുടുംബനാഥയുടെ കാര്യത്തിലായാലും അങ്ങനെതന്നെയാവണം. കുടുംബസ്വത്തിന്മേലുള്ള

അവകാശം ആൺപെൺ വ്യത്യാസമില്ലാതെ എല്ലാ മക്കൾക്കും തുല്യമാണെന്ന അവസ്ഥയുണ്ടാകണം. പൈതൃകമായോ മാതൃകമായോ ലഭിച്ച സ്വത്തും അങ്ങനെതന്നെ. മാതാപിതാക്കളുടെ സ്വത്ത് അവർ ജീവിച്ചിരിക്കുമ്പോൾത്തന്നെ വീതം വയ്ക്കുന്ന അവസ്ഥ ഒഴിവാക്കണം. അവർ ഇരുവരുടെയും കാലശേഷം മാത്രമേ അവരുടെ സ്വത്ത് മക്കളിലേക്കു ചെല്ലുവാൻ പാടുള്ളൂ. കുടുംബസ്വത്തിനുള്ള അവകാശം എല്ലാ മക്കൾക്കും ഒരുപോലെയാണെന്ന അവസ്ഥയുണ്ടായാൽ സ്ത്രീധനമെന്ന ദുരാചാരത്തിനു പ്രസക്തിയുണ്ടാവില്ല.

വസുധൈവകുടുംബകം

വസുധ ഏവ കുടുംബകം. വസുധയെന്നാൽ ഭൂമി. കുടുംബകമെന്നാൽ കുടുംബം. ഭൂമി തന്നെയാണ് വീട്. മഹാകവി വള്ളത്തോൾ 'ലോകമേ തറവാട്" എന്നാണിതിനെ പരിഭാഷപ്പെടുത്തിയിരിക്കുന്നത്. മഹോപനിഷത്തിലുള്ള ഈ സൂക്തം ഇപ്രകാരമാണ്.

'അയംബന്ധു രയം നേതി
ഗണനാ ലഘുചേതസാം
ഉദാരഹൃദയാനാംതു
വസുധൈവകുടുംബകം.'

(ഇവൻ ബന്ധുവാണ്. ഇവൻ ബന്ധുവല്ല. ഇത്തരത്തിൽ ചിന്തിക്കുന്നത് ഇടുങ്ങിയ മനസ്സുള്ളവരാണ്. വിശാലമായ മനസ്സുള്ളവരെ സംബന്ധിച്ചിടത്തോളമാകട്ടെ ഈ ഭൂലോകം തന്നെയാണ് തറവാട്). നിലവിലുള്ള നിയമവും വിശ്വാസവുമനുസരിച്ച് സ്ത്രീപുരുഷൻമാർ ഭാര്യാഭർത്താക്കൻമാരായി ജീവിച്ചാൽ അത് കുടുംബമായി കണക്കാക്കപ്പെടും. അതിലുണ്ടാകുന്ന സന്താനങ്ങൾ കുടുംബത്തെ പരിപൂർണമാക്കും. ഭാര്യാഭർത്താക്കൻമാർ കുടുംബനാഥയും നാഥനുമായി കണക്കാക്കപ്പെടും. അനുലോമമായ പരമ്പരയോടുകൂടി അവർ താമസിക്കുന്നയിടമാണ് 'തറവാട്'. 'മൂലകുടുംബം', തലമുറകളിലൂടെ പിറകോട്ടുപോയി കണ്ടെത്തുന്നതാണ്.

ഭാരതീയരെ സംബന്ധിച്ചിടത്തോളം മാതാപിതാക്കളും അവരുടെ മക്കളും അടങ്ങുന്നതാണ് സാധാരണകുടുംബം. മുത്തച്ഛനും മുത്തശ്ശിയും

ജീവിച്ചിരുപ്പുണ്ടെ ങ്കിൽ അവരും ഉൾപ്പെട്ടും. മരുമക്കത്തായത്തിൽ കുടും ബത്തിന്റെ നാഥൻ അമ്മാവനാ യിരുന്നുവെങ്കിലും കേന്ദ്രം അമ്മയായിരു ന്നു. അമ്മാവന്റെയാണു സ്വത്ത്. അനന്തരാവകാശി മരുമകനായിരുന്നു. അമ്മാവൻ മരിച്ചാൽ ശേഷക്രിയകൾ ചെയ്തിരുന്നത് മരുമകനായിരുന്നു. അങ്ങനെയാണ് മരുമകൻ അമ്മാവന്റെ ശേഷക്കാരനായത്.

വലിയമ്മാവനും അദ്ദേഹത്തിന്റെ സഹോദരിമാരും അവരുടെ സംബന്ധക്കാരും അവർക്കുണ്ടാകുന്ന മക്കളും അവരിൽ പെൺകുട്ടിക ളുടെ സംബന്ധക്കാരും അതിലുണ്ടാകുന്ന കുട്ടികളും സഹോദരൻമാരുമെ ല്ലാമടങ്ങുന്ന വലിയ കുടുംബമാണ് കൂട്ടുകുടുംബം. മക്കത്തായത്തിലുമുണ്ട് കൂട്ടുകുടുംബം. മാതാപിതാക്കളും അവരുടെ മക്കളും മാതാപിതാക്കളുടെ മാതാപിതാക്കൾ ജീവിച്ചിരിപ്പുണ്ടെങ്കിൽ അവരും, അങ്ങനെ മക്കളും മക്കളുടെ മക്കളുമായി നാലോ അഞ്ചോ തലമുറ ഒരു ഗൃഹത്തിൽ കഴിയുന്ന അവസ്ഥ അത് കൂട്ടുകുടുംബമാണ്. ഒരേ ഗൃഹത്തിൽ നാലു തലമുറ. ഒന്നാം തലമുറ കാലശേഷമാവുകയും ഗൃഹത്തിൽ ഭൗതിക പരിമിതികൾ അനുഭവപ്പെടുകയും ചെയ്യുമ്പോൾ രണ്ടാം തലമുറ ഓരോ രുത്തരായി പുതിയ താമസയിടം തേടി പിരിഞ്ഞുപോകുന്നു.

കൂട്ടുകുടുംബത്തിന്റെ പരിമിതിയെ മറികടന്ന് കുടുംബഭദ്രത ഉറപ്പു വരുത്താൻ ചില പരിഷ്കാരങ്ങളൊക്കെ നടത്താൻ പ്രാദേശികമായി കേരളം തയ്യാറായിട്ടുണ്ട്. അതിലൊന്നാണ് ആൺമക്കൾക്കെല്ലാം കൂടി ഒരു ഭാര്യാ സമ്പ്രദായം. അത് അസാൻ മാർഗ്ഗിക ജീവിതത്തിന് വഴിയൊരുക്കിയതിനാലാവാണം ഇന്നു നിലവിലില്ല.

മാതാപിതാക്കളും അവരുടെ സന്തതികളും ഒരു പരിധി വരെ മൂന്നാം തലമുറയും അടങ്ങുന്നതാണ് സാധാരണ കുടുംബം. കേരളത്തിൽ ഇന്നു വ്യാപകമായി കണ്ടുവരുന്നത് ഇത്തരം കുടുംബങ്ങളാണ്. ജീവിതത്തിന്റെ ഭൗതികസാഹചര്യ ത്തിൽ വന്ന മാറ്റം സമസ്തമേഖലയെയും ബാധിച്ചി ട്ടുണ്ട്. കുടുംബജീവിതത്തെയും തദനുസരണമായ മാറ്റം ബാധിക്കുക സ്വാഭാവികമാണല്ലോ.

എല്ലാ മതങ്ങളുമാഗ്രഹിക്കുന്നത് തങ്ങളുടെ അനുയായികൾ വർദ്ധി ക്കണമെ ന്നാണ്. (ഭാരതത്തിൽ ഒരു കുട്ടിയുണ്ടായാൽ, പ്രത്യേകിച്ച് ആൺകുട്ടി, ജൻമം സഫലമായിയെന്നു കണക്കാക്കിയിരുന്നത് ഒരു സംഘടിതമതമെന്ന രൂപത്തിൽ വിശ്വാസി ജീവിതം പരുവപ്പെടുന്ന തിനു മുമ്പാണെന്നോർക്കണം). രാഷ്ട്രം ആഗ്രഹിക്കുന്നതാകട്ടെ അരോ ഗദൃഢഗാത്രരായ, നിയന്ത്രണ വിധേയരായ, പരിമിതമായ ജനങ്ങളുള്ള, ആസൂത്രിതമായ ഒരു ജനതയെയാണ്. രാഷ്ട്രങ്ങളുടെ കൂട്ടായ്മയായ ലോകരാഷ്ട്ര സംഘടനകളും അത്തരത്തിലാണു ചിന്തിക്കുന്നത്.

അച്ഛൻ രാജാവും അമ്മ മന്ത്രിയും മക്കൾ പ്രജകളുമെന്ന സങ്കൽപ മായിരുന്നു വല്ലോ കുടുംബജീവിതത്തെക്കുറിച്ചുണ്ടായിരുന്നത്. സംതൃപ്തമായ കുടുംബജീവിതത്തിനു സന്താനം ഒന്നോ രണ്ടോ മതിയെന്ന വ്യാപകമായ പ്രചാരണം കുടുംബാംഗങ്ങളുടെ എണ്ണത്തെ സ്വാധീനിച്ചു. കുട്ടികൾ പത്തോ പന്ത്രണ്ടോയെന്ന ധാരണയിൽ നിന്ന് ഒന്നോ രണ്ടോയെന്ന ധാരണയിലേക്കു സമൂഹം എത്തി. അവർക്ക് ഉയർന്ന നിലയിലുള്ള വിദ്യാഭ്യാസവും മെച്ചപ്പെട്ട ജീവിതവും ഉണ്ടാവണമെന്ന് അവർ ആഗ്രഹിച്ചു. അതിനുവേണ്ടി പരിശ്രമിച്ചു.

ഉന്നതമായ വിദ്യാഭ്യാസം ലഭിച്ച മക്കൾക്ക് തദനുസൃതമായ തൊഴിൽ ലഭിച്ചപ്പോൾ തൊഴിലിടവുമായി ബന്ധപ്പെട്ട താമസം അനിവാര്യമായി. സ്ഥിരവരുമാനവും ഉയർന്ന വിദ്യാഭ്യാസവുമുള്ള യുവ തലമുറ തദനുസൃതമായ ഇണയെ നേടുവാൻ ആഗ്രഹിച്ചു. സ്വന്തമായി വരുമാനമുള്ള യുവമിഥുനങ്ങൾക്ക് തൊഴിലിടവുമായി ബന്ധപ്പെട്ട പുതിയ പാർപ്പിടം കണ്ടെത്തേണ്ടി വന്നു. ഇതു പലപ്പോഴും ഭാര്യയുടെയോ ഭർത്താവിന്റെയോ വീടിനു സമീപമായിരുന്നില്ല. ഇരുവരുടേയും മാതാപിതാക്കൾക്കാകട്ടെ തറവാടു വിട്ടു മക്കളോടൊപ്പം കഴിയാവുന്ന സാഹചര്യവും ഒത്തു വരാതെ വന്നു. ഇത്തരം സാഹചര്യങ്ങളിൽ യുവമിഥുനങ്ങളും അവരുടെ ഒന്നോ രണ്ടോ കുട്ടികളും ചേർന്ന് ബന്ധുക്കളിൽ നിന്നും ഒറ്റപ്പെട്ടു കഴിയേണ്ടിവന്നു. അണുകുടുംബങ്ങളുടെ ആവിർഭാവം അങ്ങനെയാണ്.

കൂട്ടുകുടുംബങ്ങളിൽ നിന്നും സാധാരണ കുടുംബങ്ങളിലേക്കും അവിടെ നിന്നും അണുകുടുംബങ്ങളിലേക്കുമുള്ള മാറ്റം കുടുംബജീവിതത്തിന്റെ പുരോഗതിയെയാണു കാണിക്കുന്നത്. അതു പറയുമ്പോൾത്തന്നെ വേണ്ടത്ര പരിഗണന ലഭിക്കാതെ പോകുന്ന വയോജനങ്ങളുടെ കാര്യം ചർച്ച ചെയ്യപ്പെടേണ്ടതുണ്ട്.

ഒരു രാജ്യത്തിന്റെ ഏറ്റവും വലിയ സമ്പത്ത് ആ രാജ്യത്തിലെ ജനങ്ങളാണ്. ആ സമ്പത്തിനെ ആജീവനാന്തം സംരക്ഷിക്കുവാനുള്ള ഉത്തരവാദിത്തം രാഷ്ട്രത്തിനുണ്ട്. ഗർഭിണികളുടെയും ശിശുക്കളുടെയും ആരോഗ്യപരിപാലനം മുതൽ അത് ആരംഭിക്കുന്നു. സൗജന്യവും സാർവത്രികവും നിർബന്ധിതവുമായ വിദ്യാഭ്യാസം, ആഹാരം, വസ്ത്രം, പാർപ്പിടം തുടങ്ങിയ പ്രാഥമിക ആവശ്യങ്ങൾ, ഇത്തരത്തിലുള്ള കാര്യങ്ങളെല്ലാം രാജ്യത്തെ ജനങ്ങളുടെ അവകാശങ്ങളാണ്. യൗവനത്തിലെത്തുമ്പോഴേക്കും അവർ ആർജ്ജിച്ച നൈപുണി പ്രയോജനപ്പെടുത്തുവാനുള്ള അവകാശവും രാജ്യത്തിന്റേതാണ്.

സ്വദേശത്തായാലും വിദേശത്തായാലും ഗ്രാമത്തിലായാലും പട്ടണത്തിലായാലും സ്വന്തം യൗവനം മുഴുവൻ സ്വന്തം രാജ്യത്തിനു വേണ്ടി ഹോമിച്ചവരാണ് ആ രാജ്യത്തെ വയോജനങ്ങൾ. രാജ്യം ഇന്നനുഭവിക്കുന്ന എല്ലാ സുഖസൗകര്യങ്ങളും പൊലിഞ്ഞുപോയവരും ജീവിച്ചിരിക്കുന്നവരുമായ വയോജനങ്ങളുടെ സംഭാവന യാണ്. ഇടയ്ക്കു വച്ചു പൊലിഞ്ഞു പോയവരെ വിസ്മരിച്ചുകൊണ്ടല്ല ഇതു പറയുന്നത്. മാതാപിതാക്കളുടെ സംരക്ഷണം അവരുടെ മക്കളുടെ കടമയാണെന്ന് നിയമപുസ്തകത്തിൽ എത്രമാത്രം പ്രാധാന്യത്തോടെ എഴുതി വച്ചാലും കോടതി എത്രമാത്രം കാർക്കശ്യത്തോടെ ഉത്തരവുകൾ പുറപ്പെടുവിച്ചാലും രാജ്യത്തിന് 'വയോജനസംരക്ഷണ'മെന്ന ഉത്തരവാദിത്തത്തിൽ നിന്നും ഒഴിവാകുവാൻ സാധിക്കുകയില്ല.

രാജ്യം അതിവേഗത്തിൽ പുരോഗമിക്കുകയും, വികസനത്തിന്റെ അനിവാര്യഫലമായ അണുകുടുംബങ്ങൾ വ്യാപകമാവുകയും ചെയ്യുന്നതോടൊപ്പം രാജ്യത്ത് വയോജനസൗഹൃദനിലയങ്ങൾ ആവശ്യാനുസരണം ഉയർന്നുവരേണ്ടതുണ്ട്. അക്കാര്യത്തിൽ സമസ്ത ജനവിഭാഗങ്ങളുടെയും സഹകരണം പ്രയോജനപ്പെടുത്താവുന്ന തുമാണ്. ഇച്ഛാശക്തിയും തദനുസരണമായ പ്ലാനിംഗും അതിന് അനിവാര്യമാണ്.

സാംസ്കാരികസമ്മേളനങ്ങളിലും കുടുംബസദസ്സുകളിലും 'കൂടുമ്പോൾ ഇമ്പമുണ്ടാകുന്നതാണ കുടുംബം' എന്നു പറഞ്ഞു കേൾക്കാറുണ്ട്. അത് ആലും മാവും ചേരുന്നതാണ് 'ആത്മാവ്' എന്നു പറയുന്നതു പോലെയാണ്. 'കുടുംബം' എന്നു പറഞ്ഞാൽ ആസേതുഹിമാചലമുള്ള ഏതൊരു ഭാരതീയ ഭാഷ സംസാരിക്കുന്നവനും മനസ്സിലാകും. കാരണം അത് സംസ്കൃതപദമാണെന്നതുതന്നെ. 'കൂടുക' 'ഇമ്പം' ഈ രണ്ടുപദവും മലയാളമാണ്. മലയാളപദം തമിഴനോ കർണ്ണാടകക്കാരനോ തെലുങ്കനോ മനസ്സിലാവണമെന്നില്ലല്ലൊ.

'നറുക്കിട്ടു കൊല്ലുക!' കേരളത്തിന്റെ കിഴക്കു ഭാഗത്തു പണ്ടുണ്ടായിരുന്നൊരു വിനോദമായിരുന്നു. പ്രദേശത്തെ സമ്പന്നരായ പ്രമാണിമാരുടെ ഒരു രഹസ്യവിനോദമായിരുന്നു അത്. ഞായറാഴ്ച പോലുള്ള വിശേഷ ദിവസങ്ങളിൽ അവർ പത്തോ പതിനഞ്ചോ പേർ രഹസ്യമായി ഒരിടത്തു ഒത്തുകൂടുന്നു. ചെത്തുപനയുള്ള പറമ്പുകാരൻ പങ്കുകള്ള് അവിടെ എത്തിക്കും. കള്ളുചെത്തുകാരന് പന വിട്ടുകൊടുത്താൽ ആഴ്ചയിലൊരു ദിവസത്തെ കള്ള് ചെത്തുകാരൻ പനയുടമയ്ക്കു നൽകും. അതാണ് ചെത്തുപാട്ടം. 'പങ്കുകള്ള്' എന്നാണ് അത് അറിയപ്പെടുന്നത്. ആവശ്യത്തിനു കപ്പയും പന്നിയിറച്ചിയും അവിടെ പാചകം ചെയ്തെടുക്കും. പനങ്കള്ളും കപ്പയും പന്നിയിറച്ചിയും കഴിച്ചുള്ള വിനോദം രാവിലെ

മുതൽ വൈകുന്നേരം വരെയാണ്. സഭ പിരിയാറാവുമ്പോൾ, പങ്കെടുത്ത മുഴുവൻ പേരുടെയും പേരിൽ നറുക്കിടും. നറുക്ക വീഴുന്നയാളുടേതാണ് അന്നത്തെ ചെലവു മുഴുവൻ. ഇതാണ് നറുക്കിട്ടു കൊല്ലൽ. ഒന്നിച്ചു കൂടിയപ്പോൾ അവർ അനുഭവിച്ച ഇമ്പം വളരെ വലിയതാണ്. അവരുടെ കൂട്ടായ്മയെ നോക്കി 'കുടുംബം' എന്നു വിളിക്കാൻ ആരാനും കഴിയുമോ?

ജോലിയെല്ലാം കഴിഞ്ഞ് ഒത്തുകൂടി 'ഷെയറിട്ട്' സായാഹ്നം ആസ്വദിച്ച് അത്യുത്സാഹത്തോടെ പിരിഞ്ഞു പോകുന്ന ഗ്രാമീണർ ഇന്നും കേരളത്തിലെവിടെയും കാണപ്പെടുന്നുണ്ടല്ലോ. ഒത്തുകൂടി ലഹരി നുകർന്ന് ഇമ്പമാർന്നു തിരിച്ചുപോകുന്നവരുടെ ആ കൂട്ടായ്മയെ കുടുംബമെന്നു വിളിക്കുവാൻ സാധിക്കുകയില്ല. കൂടുമ്പോൾ ഇമ്പമുണ്ടാക്കുന്നത് കൂട്ടായ്മയാണ്; കുടുംബമല്ല.

മഹോപനിഷത്ത് മനുഷ്യസമൂഹത്തെ രണ്ടായി തിരിച്ച് അപഗ്രഥിക്കുകയാണ്. 'എന്റെ ആളുകളും എന്റെയല്ലാത്തയാളുകളും' എന്നിങ്ങനെ ചിന്തിക്കുന്നവർ സ്വാർത്ഥമതികളാണ്. അവരുടെ മനസ്സ് ഇടുങ്ങിയതാണ്. അത്തരക്കാർക്ക് അനന്ത വിശാലമായ ഈ ലോകത്തെ ആസ്വദിക്കുവാൻ കഴിയുകയില്ല. ഉദാരഹൃദയൻമാരാണു രണ്ടാമത്തെ കൂട്ടർ. അവർക്ക് ഈ ലോകത്തുള്ളവരെല്ലാം സഹോദരീസഹോദരൻമാരാണ്. ഈ ഭൂമിയാകെത്തന്നെയും അവരുടെ വീടാണ്. ലോകത്തെത്തന്നെ തറവാടായി കാണുന്നവർ. അവർക്കേ ചരാചരാത്മകമായ ഈ വിശ്വത്തെ ആകെത്തന്നെ പ്രണയിക്കാൻ കഴിയൂ. മഹാകവി ഉള്ളൂർ,

'വിളക്കു കൈവശമുള്ളവനെങ്ങും
വിശ്വം ദീപമയം
വെൺമ മനസ്സിൽ വിളങ്ങിയ ഭദ്രനു
മേൻമേലമൃതമയം'

എന്നു പറയുന്നിടത്ത് കാണുന്നത് ഈ വിശ്വപ്രേമമാണ്.

'മോഹനം ഭുവന സംഗമിങ്ങതിൽ
സ്നേഹമൂലമമലേ വെടിഞ്ഞു ഞാൻ'

എന്നു നളിനിയോടു പറയുന്ന കുമാരനാശാന്റെ ദിവാകരൻ ഈ ആശയത്തിന്റെ വക്താവാണ്.

സഹായക ഗ്രന്ഥങ്ങൾ

1. *മനുസ്മൃതി*: വ്യാഖ്യാ : സിദ്ധിനാഥാനന്ദസ്വാമി

2. *വാല്മീകിരാമായണം*: ഡോ.എം.ലീലാവതി

3. *തൈത്തിരീയോപനിഷത്ത്*: മൃഡാനന്ദസ്വാമി

4. *മലബാർ കലാപം* : എം.ഗംഗാധരൻ

5. മാധ്യമങ്ങളിൽ നിന്നുള്ള വിവരങ്ങൾ